KIASI
CHA IMANI

" *Kwa maana kwa neema niliyopewa namwambia kila mtu aliyeko kwenu asinie makuu kupita ilivyompasa kunia; bali awe na nia ya kiasi, kama Mungu alivyomgawia kila mtu kiasi cha imani.* "

(Warumi 12:3)

KIASI CHA IMANI

Dr. Jaerock Lee

KIASI CHA IMANI na Dr. Jaerock Lee
Kimechapishwa na Urim Books (Mwakilishi: Johnny. H. Kim)
235-3, Guro-dong3, Guro-gu, Seoul, Korea
www.urimbooks.com

Haki zote zimehifadhiwa. Hairuhusiwi kunakili kitabu hiki au sehemu ya kitabu hiki katika mfumo wa aina yoyote, kutunzwa katika mfumo ambao kinaweza kusambazwa au kupatikana tena kwa namna au njia yoyote ile, au kubadilishwa katika namna yoyote ile, kielekroniki, kimakenika, kutolewa kivuli (fotokopi), kurekodiwa au vinginevyo, bila idhini ya maandishi kutoka kwa mchapaji.

Isipokuwa vinginevyo kama imebainishwa, nukuu yote ya Maandiko imechukuliwa kutoka katika Biblia ya Kiswahili – Union Version ilichochapishwa na Chama cha Biblia cha Kenya na Chama cha Biblia cha Tanzania ©1997

Hakimiliki © 2011 na Dr. Jaerock Lee
ISBN: 979-11-263-1224-5 03230
Hakimiliki ya kutafsiri © 2005 na Dr. Esther K. Chung. Imetumika kwa ruhusa.

Awali kilichapishwa kwa Kikorea na Urim Books mwaka wa 2002

Toleo la Kwanza Lilichapishwa Juni 2005
Toleo la Pili Lilichapishwa Januari 2008
Toleo la Tatu Lilichapishwa Agosti 2009
Toleo la Nne Lilichapishwa Julai 2011

Kimetafsiriwa kwa Kiswahili na kuhakikiwa na:
Can Translators (www.cantranslators.com)
Kimeundwa na: Editorial Bureau of Urim Books
Kwa taarifa zaidi, wasiliana na: urimbook@hotmail.com

Dibaji

Ninatakia kila mmoja wenu apate imani ya kiasi kamili cha roho na kufurahia utukufu wa milele wa mbinguni katika Yerusalemu Mpya ambamo mna kiti cha enzi cha Mungu!

Kiasi cha Imani pamoja na Ujumbe wa Msalaba, kilichochapishwa hivi karibuni ni mwongozo wa kimsingi na muhimu zaidi wa maisha mazuri ya Mkristo. Shukrani zote na ufukufu nampa Mungu Baba aliyebariki kazi hii ya thamani hata ikachapishwa na sasa inawafunulia eneo la kiroho watu wengi wasiohesabika.

Leo, kuna watu wengi wanaosema kwamba wameamini lakini hawana uhakika wa wokovu wao. Hawajui juu ya kiasi cha imani na ni kiasi gani cha imani wanapaswa kuwa nacho ili wapokee wokovu. Watu husema juu ya wengine, "Mtu huyu ana imani kubwa," au "Mtu yule ana imani ndogo." Ilhali sio rahisi kujua ni kiasi gani cha imani yako ambacho kwa kweli Mungu anakikubali, au kupima kama imani yako ni kiasi gani, ama imekua kiasi gani. Mungu hataki tuwe na imani ya kimwili bali imani ya kiroho iliyoambatana na matendo. Watu husemekana wana imani ya kimwili kama kazi yao ni kusikia tu na kujifunza Neno la Mungu na kulikariri na kulihifadhi kama elimu. Hatuwezi kuwa na imani ya kiroho kwa mapenzi yetu wenyewe; Mungu peke yake ndiye atupaye imani hiyo.

Hii ndiyo sababu Warumi 12:3 inatuhimiza, "Kwa maana kwa neema niliyopewa namwambia kila mtu aliyeko kwenu asinie makuu kupita ilivyompasa kunia; bali awe na nia ya kiasi, kama Mungu alivyomgawia kila mtu kiasi cha imani." Fungu hili linatwambia kwamba kila mmoja ana imani yake ya kiroho apewayo na Mungu, na mwitiko wake na baraka zake hutofautiana kulingana na kiasi cha imani ya kila mtu.

1 Yohana 2:12 na vifungu vifuatavyo vinaonyesha picha ya ukuaji wa imani ya kila mtu kama imani ya watoto wachanga/watambaao, watoto, vijana, na akina baba. 1 Wakorintho 15:41 inasema, "Kuna fahari moja ya jua, na fahari nyingine ya mwezi, na fahari nyingine ya nyota; maana iko tofauti ya fahari hata kati ya nyota na nyota." Fungu hili linatukumbusha kwamba makao ya mbinguni

na utukufu wa kila mtu hutofautiana kulingana na kiasi cha imani yake. Ni muhimu kupokea wokovu na kwenda Mbinguni, lakini ni muhimu zaidi kujua tutaingia makao gani kule Mbinguni, na tutapokea taji na zawadi aina gani.

Mungu wa upendo anataka watoto wake wainuke na wafikie kiasi kamili cha imani. Anawatarajia waingie Yerusalemu Mpya ambamo mna kiti chake cha enzi, na anatamani kuishi nao mle milele.

Kulingana na moyo wa Mungu na mafundisho ya Neno, Kiasi cha Imani kinaeleza viwango vitano vya imani na ufalme wa mbinguni, na humsaidia msomaji apime kiwango cha imani yake mwenyewe. Kiasi cha imani na makao katika ufalme wa mbinguni vinaweza kugawanywa katika viwango vitano, lakini kazi hii inavifafanua viwango vitano kuwasaidia wasomaji waelewe kwa urahisi zaidi.

Ninatumaini kwamba unaweza kuendelea kwenda mbinguni kwa nguvu zaidi kwa kulinganisha kiasi cha imani yako na kile cha mababu wa imani katika Biblia.

Miaka fulani iliyopita, nilikuwa nimeomba nipokee ufunuo juu ya baadhi ya vifungu katika Biblia ambavyo vilikuwa vigumu kuelewa. Basi siku moja Mungu akaanza kunieleza kwamba ufalme wa mbinguni umegawanywa, na makao ya mbinguni yatakayopewa kila mtoto wake yatategemea kiasi cha imani yake.

Baadaye, nilihubiri juu ya makao ya mbinguni na kiasi cha imani, na nikahariri jumbe ili nichapishe kitabu hiki. Ninamshukuru mkurugenzi Geumsun Vin, na wafanyakazi wengine waaminifu katika ofisi ya uhariri. Pia ninatoa shukrani kwa ofisi ya utafsiri.

Naomba kila msomaji wa Kiasi cha Imani apate kiasi kamili cha imani, imani kamili ya roho, na kufurahia utukufu wa milele katika Yerusalemu Mpya ambamo mna kiti cha enzi cha Mungu, ninaomba katika jina la Bwana wetu Yesu Kristo!

Jaerock Lee

Utangulizi

Ninatumaini kwamba kazi hii itakuwa mwongozo wa thamani kubwa katika kupima imani ya kila mmoja na kuwaongoza watu wasiohesabika wafikie kiasi cha imani kimpendezacho Mungu...

Kiasi cha Imani kinapitia viwango vitano vya imani kuanzia kiasi cha imani cha watoto wachanga/watambao wa kiroho ambao wamemkubali Yesu Kristo hivi karibuni tu na kumpokea Roho Mtakatifu, hadi kiasi cha imani cha akina baba ambao wanamjua Mungu, yeye aliyekuwako tangu mwanzo. Kupitia kwa kitabu hiki, mtu yeyote anaweza kukadiria kiwango cha imani yake mwenyewe.

Sura ya 1, "Imani ni Nini?" inafasili imani na kueleza juu ya aina ya imani impendezayo Mungu na aina ya mwitiko na baraka zifuatanazo na imani inayokubaliwa na Mungu. Biblia inagawanya imani sehemu aina mbili: "imani ya kimwili" au "imani kama elimu," na "imani ya kiroho." Sura hii inatwambia jinsi ya Kuwa na Imani ya Kiroho na kuishi maisha ya baraka katika Kristo.

Ikitegemea sana 1 Yohana 2:12-14, Sura ya pili, "Ukuaji wa Imani ya Kiroho," inaeleza utaratibu wa Ukuaji wa Imani ya Kiroho kwa kuufananisha na ukuaji wa mwanadamu kuanzia watoto wachanga/watambaao, watoto, vijana na akina baba. Yaani, baada ya mtu kumkubali Yesu Kristo, hukua kiroho katika imani yake : kutoka imani ya mtoto mchanga hadi imani ya mtu mzima.

Katika Sura ya 3, "Kiasi cha Imani ya Kila Mmoja ," kiasi cha imani cha kila mmoja kinaelezwa kwa mfano wa kazi ambayo imani ya majani, nyasi, miti, mawe ya thamani, fedha, na dhahabu hubakisha baada ya kujaribiwa kwa moto. Mungu anatutaka tupate imani ya dhahabu ambayo kazi yake haiteketei kamwe katika aina yoyote ya majaribio ya moto.

Sura ya 4, "Imani ya Kupokea Wokovu," inafafanua kiasi cha chini kabisa cha imani – kiwango cha kwanza kati ya viwango vitano vya imani. Mtu akiwa na aina hii ya imani, hupokea wokovu wa aibu. Kiasi hiki cha imani pia kinaitwa "Imani ya Watoto Wachanga/Watambaao" au "imani ya nyasi." Kupitia kwa mifano ya kina, Sura ya 4 inatuhimiza tukomae katika imani upesi.

Sura ya 5, "Imani ya Kujaribu Kuishi Kwa Neno," inatwambia kwamba tunasemekana tuko katika kiwango cha pili cha imani wakati tunapojaribu kutii Neno lakini tunashindwa, na tuna ugumu mkubwa zaidi wa kushikilia imani yetu katika Bwana katika daraja hili. Sura hii pia inatufundisha jinsi ya kuendeleza imani yetu hadi kufikia kiwango cha tatu cha imani.

Sura ya 6, "Imani ya Kuishi kwa Neno," inapitia utaratibu mfupi ambamo imani inaanza katika kiwango cha kwanza, na kukomaa katika kiwango cha pili, na kusonga mbele hadi kwenye ngazi ya kwanza ya kiwango cha tatu, na kukua hadi kuwa mwamba wa imani ambapo utakuwa umepata zaidi ya 60% ya kiwango cha tatu cha imani. Sura hii pia inaeleza juu ya tofauti kati ya ngazi ya kwanza ya kiwango cha tatu cha imani na mwamba wa imani, ni kwa nini hatusikii kulemewa tunaposimama imara juu ya mwamba wa imani, na umuhimu wa kupambana na dhambi hadi kufikia kiwango cha kumwaga damu.

Sura ya 7, "Imani ya Kumpenda Bwana hadi Kufikia Kiwango cha Juu Zaidi," inaeleza tofauti aina mbalimbali kati ya watu walio katika kiwango cha tatu cha imani na wale walio katika kiwango cha nne cha imani upande wa kumpenda Bwana, na inachunguza aina ya baraka ziwajiazo wale Wampendao Bwana hadi Kufikia Kiwango cha Juu Zaidi.

Sura ya 8, "Imani ya Kumpendeza Mungu," inaeleza kiwango cha tano cha imani ni nini. Sura hii inatwambia kwamba ili tupate kufikia kiwango cha tano cha imani, sio lazima tu tujitakase kabisa kama Henoko, Eliya, Ibrahimu, au Musa, bali pia tuwe waaminifu katika nyumba yote ya Mungu kwa kufanya kazi zote tunazopewa na Mungu. Licha ya hayo, ni lazima tuwe wakamilifu hadi kufikia kiwango cha kutoa uhai wetu kwa ajili ya Bwana na kuwa na imani ya Kristo, imani ya roho kamili. Hatimaye, sura hii inafafanua juu ya aina ya baraka tunazoweza kutarajia kufurahia tunapompendeza Mungu katika kiwango cha tano cha imani.

Sura ifuatayo, "Ishara Zifuatanazo na Wale Walioamini," inatwambia kwamba tunapopata imani kamilifu, imani yetu itaambatana na ishara za miujiza. Juu ya hilo, kama ahadi ya Yesu isemavyo katika Marko 16:17-18, Sura hii inachunguza ishara hizi kwa makini, moja baada ya nyingine. Katika sura hii, mwandishi pia anasisitiza kwamba mhubiri anapaswa kutoa jumbe za nguvu zinazoambatana na ishara za miujiza na atoe ushahidi juu ya Mungu aishiye na hiyo miujiza ili awape watu wengi wasiohesabika imani yenye nguvu, katika kizazi ambacho ulimwengu umejaa dhambi na uovu.

Mwisho, Sura ya 10, "Makao na Taji Mbalimbali Huko Mbinguni," inasema kwamba kuna makao kadhaa katika ufalme wa mbinguni, kwamba mtu yeyote anaweza kuingia katika makao bora zaidi kwa imani, na kwamba utukufu na zawadi viko tofauti kati ya ufalme wa mbinguni mmoja hadi mwingine. Hasa, ili isaidie wasomaji wakimbilie makao bora zaidi na tumaini la mbinguni na imani, sura hii inahitimisha kwa kuonyesha kwa kifupi uzuri na kung'ara kwa Yerusalemu Mpya ambamo mna kiti cha enzi cha Mungu.

Tukielewa kwamba kuna tofauti zinazotambulika katika makao ya mbinguni na thawabu kulingana na kiasi cha imani cha kila mmoja, mtazamo wa mtu katika maisha ya kuwa ndani ya Kristo utabadilika sawa sawa na bila shaka.

Ninatumaini kwamba kila msomaji wa Kiasi cha Imani atakuwa na aina ya imani impendezayo Mungu, apokee kila anachoomba na amtukuze Mungu sana.

Geumsun Vin
Mkurugenzi wa Editorial Bureau

Yaliyomo

Dibaji

Utangulizi

Sura ya 1
{ Imani Ni Nini? } • 1

1. Fasili ya Imani Anayokubali Mungu
2. Nguvu ya Imani Haina Mipaka
3. Imani ya Kimwili na Imani ya Kiroho
4. Kuwa na Imani ya Kiroho

Sura ya 2
{ Ukuaji wa Imani ya Kiroho } • 29

1. Imani ya Watoto Wachanga/Watambaao
2. Imani ya Watoto
3. Imani ya Vijana
4. Imani ya Akina Baba

Sura ya 3
{ Kiasi cha Imani cha Kila Mtu } • 47

1. Kiasi cha Imani Atupacho Mungu
2. Kila Mmoja Ana Kiasi Tofauti cha Imani
3. Kiasi cha Imani Kilichojaribiwa kwa Moto

Sura ya 4
{ Imani ya Kupokea Wokovu } • 65

1. Kiwango cha Kwanza cha Imani
2. Je, Umepokea Roho Mtakatifu?
3. Imani ya Mhalifu Aliyetubu
4. Msimhuzunishe Roho Mtakatifu
5. Je, Adamu Aliokolewa?

Sura ya 5
{ Imani ya Kujaribu Kuishi Kwa Neno } • 81

1. Daraja La Pili la Imani
2. Daraja Gumu Zaidi katika Maisha ya Imani
3. Imani ya Waiziraeli Walipokuwa Wanatoka Misri
4. Ni Sharti Uamini na Kutii
5. Wakristo Wachanga na Wakristo Wakomavu

Sura ya 6
{ Imani ya Kuishi kwa Neno } • 101

1. Kiwango cha Tatu cha Imani
2. Hadi Kufikia Mwamba wa Imani
3. Kupambana na Dhambi Kufikia Kiwango cha Kumwaga Damu

Sura ya 7
{ Imani ya Kumpenda Bwana hadi Kufikia Kiwango cha Juu Zaidi } • 129

1. Kiwango cha Nne cha Imani
2. Nafsi Yako Huwanda/Huendelea
3. Kumpenda Mungu Bila Masharti
4. Kumpenda Mungu Kuliko Mengine Yote

Sura ya 8
{ Imani ya Kumpendeza Mungu } • 165

1. Kiwango cha Tano cha Imani
2. Imani ya Mtu Kutoa Maisha Yake
3. Imani ya Kuonyesha Ishara na Maajabu
4. Kuwa Mwaminifu katika Nyumba Yote ya Mungu

Sura ya 9
{ Ishara Ziafuatanazo na Wale Walioamini } • 199

1. Kutoa Pepo
2. Kunena kwa Lugha Mpya
3. Kushika Nyoka kwa Mikono Yako
4. Hakuna Sumu Ya Kufisha Inayoweza Kukudhuru Kamwe
5. Ukiwawekea Mikono Yako Wagonjwa Wanapona

Sura ya 10
{ Makao na Taji Mbalimbali Huko Mbinguni } • 223

1. Mbinguni Huingiwa kwa Imani Peke Yake
2. Mbingu Imepigwa Vita
3. Makao na Taji Mbalimbali

Sura ya 1

Imani ni Nini?

*"Imani ni kuwa na hakika ya mambo yatarajiwayo, ni bayana ya mambo yasiyoonekana.
Maana kwa hiyo wazee wetu walishuhudiwa.
Kwa imani twafahamu
ya kuwa ulimwengu uliumbwa kwa neno la Mungu, hata vitu vinavyoonekana havikufanywa
kwa vitu vilivyo dhahiri."*
(Waebrania 11:1-3)

Imani Ni Nini? 3

Mara nyingi katika Biblia, tunapata kwamba kile ambacho hatuwezi kukitumainia kwa kweli kilifanyika na kile ambacho kwa nguvu za mwanadamu hakiwezekani kilifanywa na kutimilishwa kwa nguvu za Mungu.

Musa aliwaongoza Waisraeli kuvuka Bahari ya Shamu, kwa kuigawanya katika kuta mbili za maji, na wakaivuka kama ambao walikuwa wanatembea juu ya nchi kavu. Yoshua aliharibu kuta za Yeriko kwa kuizunguka mara kumi na tatu. Kupitia kwa maombi ya Eliya, mbingu zilitoa mvua baada ya miaka mitatu na nusu ya kiangazi. Petro alimfanya mtu aliyezaliwa kiwete asimame na atembee, na mtume Paulo alimfufua kijana aliyeanguka kutoka ghorofa ya tatu na akafa. Yesu alitembea juu ya maji, akatuliza mvua ya dhoruba na mawimbi, akawafanya vipofu waone, na kufufua mwanamume aliyekuwa amezikwa na kuwa kaburini siku nne.

Nguvu ya imani haipimiki na kila kitu kinawezekana kwa imani. Kama tu Yesu anavyotwambia katika Marko 9:23, "'Ukiweza! Yote yawezekana kwake aaminiye," unaweza kupokea chochote uombacho ukiwa na imani inayokubaliwa na Mungu.

Basi ni aina gani ya imani anayoikubali Mungu na unawezaje kuipata?

1. Fasili ya Imani Anayokubali Mungu

Watu wengi leo wanasema kwamba wanamwamini mwenyezi

Mungu, lakini hawapokei majibu ya maombi yao kutoka kwake kwa sababu hawana imani ya kweli. Waebrania 11:6 inasema, "Lakini pasipo imani haiwezekani kumpendeza; kwa maana mtu amwendeaye Mungu lazima aamini kwamba yeye yuko, na kwamba huwapa thawabu wale wamtafutao." Mungu anatwambia wazi kwamba tunapaswa kumpendeza yeye kwa imani ya kweli.

Kama una imani kamilifu hakuna lisilowezekana kwa sababu imani ndio msingi wa maisha bora ya Mkristo na ndio ufunguo wa majibu na baraka za Mungu. Lakini kuna watu wengi sana ambao hawawezi kufurahia baraka zake na kupokea wokovu kwa sababu hawajui au hawana imani ya kweli.

Imani ni kuwa na hakika ya mambo yatarajiwayo, ni bayana ya mambo yasiyoonekana

Basi, imani anayokubali Mungu ni nini? Kamusi ya The Webster's New World College Dictionary inafasili "imani" kama "itikadi isiyouliza maswali ambayo haihitaji kuthibitishwa au ushahidi" au "itikadi katika Mungu isiyouliza maswali, kanuni za kidini, n.k." Imani Kiyunani ni pistis, ambalo maanake ni "Kuwa imara au mwaminifu." Katika Waebrania 11:1 inafasiliwa ifuatavyo: "Basi imani ni kuwa na hakika ya mambo yatarajiwayo, ni bayana ya mambo yasiyoonekana."

"Hakika ya mambo yatarajiwayo" inaashiria yale

tunayoyatumaini kuonekana kama mambo halisi kwa sababu tuna hakika kama ambaye tumekwisha kuyaona. Kwa mfano, mtu anayeumwa sana hutamani nini zaidi? Kawaida, shauku yake ni ni ugonjwa wake upone na afya njema imrudie, na ni lazima awe na imani ya kutosha ili awe na hakika ya kupona. Yaani, afya njema inakuwa jambo halisi kwake kama ana imani kamilifu.

Halafu, "bayana ya mambo yasiyoonekana" inaashiria vitu na mambo ambayo tuna uhakika nayo katika imani ya kiroho, hata ingawa katika uhalisi mambo mengine hatuyaoni na macho yetu. Kwa hivyo, imani inakuwezesha kuamini kwamba Mungu huumba vitu vyote bila kutumia kitu chochote. Mababu wa imani walipokea "hakika ya mambo yatarajiwayo" kama mambo halisi kwa imani, na "bayana ya mambo yasiyoonekana" kama vitu tunavyoweza kuvishika na matukio tunayoweza kuyaona. Kwa njia hiyo, waliona nguvu za Mungu aumbaye vitu bila kutumia kitu chochote.

Kama vile mababu wa imani walivyofanya, wale waaminio kwamba Mungu huumba vitu vyote bila kutumia kitu chochote wanaweza kuamini kwamba hapo mwanzo aliumba vitu vyote vya mbinguni na duniani kwa Neno Lake. Ni kweli kwamba hakuna mtu aliyeshuhudia uumbaji wake wa mbingu na dunia kwa macho yake mwenyewe, kwa sababu viliumbwa kabla mwanadamu kuumbwa. Lakini, watu wenye imani hawana tashwishi kwamba Mungu aliumba vitu vyote bila kutumia kitu chochote kwa sababu wanaamini.

Kwa hivyo, Waebrania 11:3 inatukumbusha, Kwa imani twafahamu ya kuwa ulimwengu uliumbwa kwa neno la Mungu, hata vitu vinavyoonekana havikufanywa kwa vitu vilivyo dhahiri." Mungu aliposema, "Iwe nuru." Ikawa nuru (Mwanzo 1:3). Mungu aliposema, "Nchi na itoe majani, mche utoao mbegu, na mti wa matunda uzaao matunda kwa jinsi yake, ambao mbegu zake zimo ndani yake, juu ya nchi." ikawa hivyo (Mwanzo 1:11). Vitu vyote ulimwenguni tuvionavyo kwa macho yetu havikuumbwa kutokana na vitu vyovyote tunavyoweza kuviona. Hata hivyo, watu wengi hufikiri kwamba vitu vyote viliumbwa kutoka kwa vitu tunavyoweza kuviona, lakini hawaamini kwamba Mungu aliviumba bila kutumia kitu chochote. Watu hao hawajajifunza, hawajaona, wala kusikia kwamba kitu kinaweza kuumbwa bila kutumia kitu chochote.

Matendo ya utiifu ndio ushahidi wa imani

Ili uweze kutumainia kile kisichowezekana na ukifanye kuwa halisi, ni lazima uwe na ushahidi wa imani unaothibitishwa na Mungu. Yaani, ni lazima uonyeshe ushahidi wa Kutii Neno la Mungu kwa sababu ya kuliamini Neno lake. Waebrania 11:4-7 inawataja mababu wa imani walioshuhudiwa kuwa wana haki na imani zao kwa sababu walikuwa na imani na wakaonyesha ushahidi dhahiri wa imani zao: Habili alishuhudiwa kuwa mwenye haki kwa kumtolea Mungu sadaka ya damu ya kukubalika na Mungu; Henoko alishuhudiwa kama mtu aliyempendeza Mungu kwa kutakaswa kikamilifu; na Nuhu akawa mrithi wa haki kwa kujenga safina ya wokovu kwa imani. Natuangalie hadithi ya Kaini na Habili katika Mwanzo 4:1-15 ili tuweze kuelewa imani ya kweli ikubalikayo mbele za Mungu. Kaini na Habili ni wana wa kiume ambao Adamu na Hawa waliwazaa baada ya kufukuzwa katika Bustani ya Edeni kwa sababu ya kukosa kutii amri ya Mungu, "Matunda ya mti wa ujuzi wa mema na mabaya usile" (Mwanzo 2:17).

Adamu na Hawa walijuta kwa kutotii kwao kwa sababu walikuwa wameuonja uchungu wa kufanya kazi kwa jasho la uso na uchungu mwingi zaidi wakati wa kuzaa wakiwa katika dunia iliyolaaniwa. Adamu na Hawa waliwafunza watoto wao kwa bidii umuhimu wa kutii. Kwa hakika lazima walimfundisha Kaini na Habili kwamba ni lazima waishi kwa Neno la Mungu, na wakasisitiza kwamba kamwe wasikose kutii amri zake.

Licha ya hayo, lazima wazazi waliwaambia watoto wao kwamba walipaswa kumpa Mungu matoleo ya mnyama na kumtolea sadaka ya damu kwa ajili ya msamaha wa dhambi zao. Kwa hiyo Kaini na Habili walijua kwamba walipaswa kumtolea Mungu sadaka ya damu kwa ajili ya dhambi zao.

Baada ya muda mrefu, Kaini alimsaliti Mungu kama mamake Hawa aliyekosa kutii Neno la Mungu. Yeye alikuwa mkulima na akatoa sadaka yake na nafaka ya ardhini vile alivyotaka. Hata hivyo, Habili alikuwa mchungaji na akatoa mwanakondoo wa kwanza katika kundi lake na sehemu zake za kunona, jinsi alivyokuwa amemwamuru Mungu kupitia kwa wazazi wake. Mungu akakubali sadaka ya Habili lakini hakukubali ya Kaini aliyekosa kutii amri yake. Basi, Habili akashuhudiwa kuwa ana haki (Waebrania 11:4). Hadithi hii ya Kaini na Habili inatufundisha kwamba Mungu hukuamini na kukuthibitisha kulingana na kiasi unachoamini Neno lake na kulitii; visa vya Musa na Henoko pia vinashuhudia ukweli huu.

Ushahidi wa imani ni matendo ya utiifu. Kwa hivyo, ni lazima ukumbuke kwamba Mungu hukuthibitisha na kukuhakikishia wakati unapomwonyesha ushahidi wa imani yako kwa kutii Neno Lake na matendo wakati wote, na kujaribu kumtii yeye katika kila hali.

Imani huleta majibu na baraka

Unapaswa kufuata njia ya Neno la Mungu namna hii ili uweze kuanzia "yale utarajiayo" kwa imani na ufikie "uhakika wa mambo unayoyatarajia." Kama hutafuata njia ya Mungu kama Kaini alivyopotea njia, ati kwa sababu njia hiyo ni nzito au ngumu kwako kuvumilia, huwezi kupokea majibu ya Mungu na baraka zake kulingana na sheria ya eneo la kiroho.

Waebrania 11:8-19 inatwambia kwa utondoti juu ya Ibrahimu ambaye alionyesha matendo yake ya utiifu wa Neno la Mungu kama ushahidi wa imani yake. Aliacha nchi yake kwa imani kama alivyomwamuru Mungu. Hata wakati Mungu alipomwambia amtolee sadaka ya mwanawe mpendwa wa pekee

Imani Ni Nini?

Isaka, ambaye Mungu alimpatia wakati alipokuwa na miaka 100, papo hapo Ibrahimu alitii kwa sababu alifikiri kwamba Mungu angemfufua mwanawe kutoka kwa wafu. Alipewa baraka kubwa na majibu makubwa na Mungu kwa sababu imani yake ilithibitishwa na matendo yake ya utiifu:

Malaika wa BWANA akamwita Ibrahimu mara ya pili kutoka mbinguni akasema, "Nimeapa kwa nafsi yangu asema BWANA, kwa kuwa umetenda neno hili, wala hukunizuilia mwanao, mwanao wa pekee, katika kubariki nitakubariki, na katika kuzidisha nitauzidisha uzao wako kama nyota za mbinguni, na kama mchanga ulioko pwani; na uzao wako utamiliki mlango wa adui zao; na katika uzao wako mataifa yote ya dunia watajibarikia; kwa sababu umetii sauti yangu" (Mwanzo 22:15-18).

Pamoja na hayo, tunapata katika Mwanzo 24:1 kwamba "Basi Ibrahimu alikuwa mzee mwenye miaka mingi, na BWANA alikuwa amembariki Ibrahimu katika vitu vyote." Yakobo 2:23 pia inatukumbusha, "Maandiko yale yakatimizwa yaliyonena, Ibrahimu alimwamini Mungu, ikahesabiwa kwake kuwa ni haki; naye aliitwa rafiki wa Mungu."

Juu ya hilo, Ibrahimu alibarikiwa sana katika vitu vyote kwa sababu alimwamini Mungu atawalaye vitu vyote vya uhai na kifo, baraka na laana, na kila kitu akamwachia Yeye. Kwa njia iyo hiyo, utaweza kufurahia baraka za Mungu katika njia zako zote na kupokea majibu ya kila ombi utakaloomba unapoelewa fasili kamili ya imani na kuonyesha ushahidi wa imani yako kwa matendo ya utiifu kamili, jinsi Ibrahimu alivyofanya mara nyingi sana.

2. Nguvu ya Imani Haina Mipaka

Unaweza kuwa na ushirika na Mungu kwa imani kwa sababu imani ni kama lango la kwanza la eneo la kiroho katika ulimwengu wa mikondo minne. Ni wakati tu utakapopita lango la kwanza ndipo masikio yako ya kiroho yatakapofunguliwa ili usikie Neno la Mungu, na macho yako ya kiroho yatakapofunguliwa ili uweze kuona eneo la kiroho.

Hii itakufanya uishi kwa Neno la Mungu, upokee kila utakachoomba kwa imani, na uishi kwa furaha na tumaini la kuingia ufalme wa mbinguni. Zaidi ya hiyo, moyo wako unapojaa furaha na shukrani na tumaini la mbinguini linapotiririka maishani mwako, utampenda Mungu kuliko vyote na umpendeze yeye.

Kisha, ulimwengu hautakuwa unastahili tena kuwa nawe na haustahili imani yako kwa sababu hutakuwa tu shahidi wa Bwana mwenye nguvu upewazo na Roho Mtakatifu, bali pia utakuwa mwaminifu hadi kufikia kiwango cha kufa na kumpenda Mungu na uhai wako wote kama vile mtume Paulo alivyokuwa.

Imani Ni Nini?

Ulimwengu haustahili nguvu ya imani

Katika kuelezea nguvu ya imani, Waebrania 11:32-38 inatoa vielezo vya imani ya mababu,

Nami niseme nini tena? Maana wakati usingenitosha kuleta habari za Gideoni na Baraka na Samsoni na Yeftha na Daudi na Samweli na za manabii; ambao kwa imani walishinda milki za wafalme, walitenda haki, walipata ahadi, walifunga vinywa vya simba, walizima nguvu za moto, waliokoka na makali ya upanga. Walitiwa nguvu baada ya kuwa dhaifu, walikuwa hodari katika vita, walikimbiza majeshi ya wageni. Wanawake walipokea wafu wao waliofufuliwa. Lakini wengine waliumizwa vibaya hata kuuawa, wasikubali ukombozi, ili wapate ufufuo ulio bora; wengine walijaribiwa kwa dhihaka na mapigo, naam, kwa mafungo, na kwa kutiwa gerezani; walipigwa kwa mawe, walikatwa kwa misumeno, walijaribiwa, waliuawa kwa upanga; walizunguka-zunguka wakivaa ngozi za kondoo na ngozi za mbuzi; walikuwa wahitaji, wakiteswa, wakitendwa mabaya; (watu ambao ulimwengu haukustahili kuwa nao), walikuwa wakizunguka-zunguka katika nyika na katika milima na katika mapango na katika mashimo ya nchi.

Watu wenye imani ambayo ulimwengu haustahili kuwa nayo wanaweza kutoa heshima zao, utajiri wao, na hata maisha yao. Kama tu 1 Yohana 4:18 inavyosema, "Katika pendo hamna hofu; lakini pendo lililo kamili huitupa nje hofu, kwa maana hofu ina adhabu; na mwenye hofu hakukamilishwa katika pendo," hofu itakutoka kulingana na kiasi cha upendo wako.

Kile ambacho hakiwezekani kwa uwezo wa mwanadamu huwezekana kwa uwezo wa Mungu. Mmoja wa manabii wa Mungu aitwaye Eliya alitoa ushahidi juu ya Mungu aliye hai kwa kushusha moto kutoka mbinguni. Elisha aliokoa nchi yake kwa kutafuta kupitia kwa uvuvio/msukumo wa Roho Mtakatifu, kambi ya maadui wao ilipokuwa. Danieli aliokoka katika tundu la simba wenye njaa.

Katika Agano Jipya, kuna watu wengi waliotoa maisha yao wenyewe kwa ajili ya injili ya Bwana. Yakobo, mmoja wa wale wanafunzi kumi na wawili wa Yesu Bwana wetu, alikuwa mfia imani wa kwanza kati yao alipouawa kwa upanga. Petro, mwanafunzi mkuu wa Yesu Kristo, alisulubiwa kichwa kikiangalia chini. Katika upendo wake mkuu kwa Bwana, mtume Paulo alimfurahia na kumshukuru Mungu hata akiwa gerezani ingawa alipigwa mara nyingi na hata akawa karibu kuuawa. Mwishowe, alikatwa kichwa na akawa mfia imani mkuu kwa ajili ya Bwana.

Licha ya hayo, Wakristo wasiohesabika waliraruliwa na simba kwenye Uwanja wa Maonyesho wa Rumi au walilazimika kuishi kwenye Mapango hadi wakafa bila kuona mwangaza tena kwa sababu ya mateso makali ya Utawala wa Kirumi. Mtume Paulo alishikilia imani yake katika hali zote na akaushinda ulimwengu kwa imani kuu. Hivyo basi aliweza kukiri, "Ni nani atakayetutenga na upendo wa Kristo? Je! Ni dhiki au shida, au adha, au njaa, au uchi, au hatari, au upanga?" (Warumi 8:35)

Imani hutoa suluhisho kwa kila tatizo

Kulikuwa na kisa kimoja katika Marko 2 ambamo Yesu aliona imani ya aliyepooza na rafiki zake, na akamwambia, "Mwanangu, umesamehewa dhambi zako," (kif. 5) na yule aliyepooza akaponywa mara moja papo hapo. Watu waliposikia kwamba Yesu alikuwa Kapernaumu, watu wengi walikusanyika na hapakuwa na nafasi yoyote, hata nje ya mlango. Yule aliyepooza, aliyekuwa amebebwa na rafiki zake wanne, hakuweza kukutana na Yesu kwa sababu ya umati. Kwa hiyo rafiki zake wakabomoa paa juu ya Yesu, na kisha wakamteremsha kwa kutumia mkeka aliolalia. Yesu alitaja kitendo chao kuwa ushahidi wa imani na akamsamehe dhambi zake yule aliyepooza, akisema, "Mwanangu, umesamehewa dhambi zako" (kif. 5).

Hata hivyo baadhi ya waalimu wa sheria waliokuwa wamekaa pale wakawa na shaka na wakawaza mioyoni mwao, "Mbona huyu anasema hivi? Anakufuru. Ni nani awezaye kusamehe dhambi isipokuwa mmoja, ndiye Mungu?" (kif. 7) Yesu akawaambia:

Mara Yesu akafahamu rohoni mwake kwamba wanafikiri hivyo nafsini mwao, akawaambia, "Mbona mnafikiri hivi mioyoni mwenu? Vyepesi ni vipi, kumwambia mwenye kupooza,

'Umesamehewa dhambi zako, au kusema, Ondoka, ujitwike Munguoro lako, uende'"? (kif. 8-9).

Kisha Yesu akamwamuru yule mtu aliyepooza, "Nakuambia, Ondoka, ujitwike Munguoro lako uende nyumbani kwako" (kif. 11). Yule mtu aliyekuwa amepooza akasimama, akajitwika godoro lake, na akatoka nje ya hiyo nyumba huku watu wote waliokuwa ndani na nje ya hiyo nyumba wakimtazama. Walikuwa wamestaajabu na wakamtukuza Mungu na kusema, "Namna hii hatujapata kuiona kamwe" (kif. 12).

Hadithi hii inatwambia kwamba matatizo yote maishani mwetu yanaweza kutatuliwa tunaposamehewa dhambi zetu kwa imani. Hiyo ni kwa sababu kama miaka iliyopita, Yesu Mwokozi wetu alifungua njia ya wokovu kwa kutukomboa kutokana na aina zote za matatizo maishani kama vile dhambi, kifo, umaskini, magonjwa, na mengineyo (Kwa mengi zaidi kuhusu hili, tafadhali soma Ujumbe wa Msalaba).

Unaweza kupokea kila unachoomba kama umesamehewa dhambi zako za kutoishi kwa Neno la Mungu. Anakuahidi katika 1 Yohana 3:21-22, "Wapenzi, mioyo yetu isipotuhukumu, tuna ujasiri kwa Mungu; na lo lote tuombalo, twalipokea kwake, kwa kuwa twazishika amri zake, na kuyatenda yapendezayo machoni pake." Kwa njia hiyo, watu ambao hawana kizuizi cha dhambi dhidi ya Mungu wanaweza kumwomba kwa ujasiri na kupokea chochote wanachoomva.

Kwa hivyo, katika Mathayo 6 Yesu alisisitiza kwamba usiwe

na wasiwasi juu ya utavaa nini, utakula nini, na utaishi wapi, lakini badala yake utafute kwanza ufalme wa Mungu na haki yake.

Kwa sababu hiyo nawaambieni, Msisumbukie maisha yenu, mle nini au mnywe nini; wala miili yenu, mvae nini. Maisha je! Si zaidi ya chakula, na mwili zaidi ya mavazi? Waangalieni ndege wa angani, ya kwamba hawapandi, wala hawavuni, wala hawakusanyi ghalani; na Baba yenu wa mbinguni huwalisha hao. Ninyi je! Si bora kupita hao? Ni yupi kwenu ambaye akijisumbua aweza kujiongeza kimo chake hata mkono mmoja? Na mavazi, ya nini kuyasumbukia? Fikirini maua ya mashamba, jinsi yameavyo; hayafanyi kazi, wala hayasokoti nami nawaambia, ya kwamba hata Sulemani katika fahari yake yote hakuvikwa vizuri kama mojawapo la hayo. Basi, ikiwa Mungu huyavika hivi majani ya kondeni, yaliyopo leo, na kesho hutupwa kalibuni, je! Hatazidi sana kuwavika ninyi, enyi wa imani haba? Msisumbuke, basi, mkisema, Tule nini? Au Tunywe nini? Au Tuvae nini? Kwa maana hayo yote Mataifa huyatafuta; kwa sababu Baba yenu wa mbinguni anajua ya kuwa mnahitaji hayo yote. Bali utafuteni kwanza ufalme wake, na haki yake; na hayo yote mtazidishiwa(Mathayo6: 25-33).

Kama kweli unaamini Neno la Mungu, kwanza utatafuta ufalme wake na haki yake. Ahadi za Mungu zinaaminika kama hundi zilizothibitishwa, na anaongeza mambo yote unayohitaji kulingana na ahadi yake, ili usimiliki wokovu tu na uzima wa milele bali pia upate kufanikiwa kwa yote ufanyayo katika maisha haya.

Imani hudhibiti hata mambo ya maumbile

Kupitia Mathayo 8:23-27, tunajifundisha juu ya nguvu ya imani inayokulinda dhidi ya hali ya anga au hewa yoyote iliyo ya hatari, na inakuwezesha kuzidhibiti. Kwa kweli yote yawezekana kwa imani.

Akapanda chomboni, wanafunzi wake wakamfuata. Kukawa msukosuko mkuu baharini, hata chombo kikafunikizwa na mawimbi; naye alikuwa amelala usingizi. Wanafunzi wake wakamwendea, wakamwamsha, wakisema, Bwana, tuokoe, tunaangamia. Akawaambia, Mbona mmekuwa waoga, enyi wa imani haba? Mara akaondoka, akazikemea pepo na bahari; kukawa shwari kuu. Wale watu wakamaka wakisema, Huyu ni mtu wa namna gani hata pepo na bahari zamtii?"

Hadithi hii inatwambia kwamba hatuna haja ya kuogopa dhoruba kali yoyote au mawimbi makali lakini tunaweza hata kudhibiti mambo hayo ya maumbile tukiwa na imani tu. Kama tunataka kuona uwezo wa nguvu wa imani unaweza kudhibiti hali ya hewa na anga, ni lazima tufikie hakikisho kamili la imani kama lile la Yesu, ambalo kwa hilo yote yawezekana. Hiyo ndiyo sababu Waebrania 10:22 inatukumbusha, "Na tukaribie wenye moyo wa kweli, kwa utimilifu wa imani, hali tumenyunyiziwa mioyo tuache dhamiri mbaya, tumeoshwa miili kwa maji safi."

Biblia inatwambia kwamba tunaweza kupokea majibu ya mambo yoyote tuombayo na kufanya mambo makuu kuliko yale aliyofanya Yesu tukiwa na hakikisho kamili la imani.

Amin, amin, nawaambieni, Yeye aniaminiye mimi, kazi nizifanyazo mimi, yeye naye atazifanya; naam, na kubwa kuliko hizo atafanya, kwa kuwa mimi naenda kwa Baba (Yohana 14:12-13).

Kwa hiyo, ni lazima uelewe kwamba nguvu ya imani ni kuu mno na upate aina ya imani anayotaka Mungu na ambayo inampendeza. Ni wakati huo peke yake ambapo hutapokea majibu tu ya kila utakachoomba lakini pia utafanya mambo makubwa kuliko yale aliyofanya Yesu.

3. Imani ya Kimwili na Imani ya Kiroho

Yesu alipomwambia akida mmoja aliyekuja kwake na imani, "Na iwe kwako kama ulivyoamini," mtumishi wake akapona saa ile ile (Mathayo 8:13). Kwa njia hii, imani ya kweli kawaida hufuatwa na majibu ya Mungu. Basi ni kwa nini watu wengi hawawezi kupokea majibu ya maombi yao ingawa wanadai kwamba wanamwamini?

Ni kwa sababu kuna imani ya kiroho ambayo kwa hiyo unaweza kuwa na ushirikiano na Mungu na upokee majibu yake, na kuna imani ya kimwili ambayo kwa hiyo huwezi kupokea jibu lolote kwa sababu haihusiani na Mungu. Basi natuchunguze tofauti zilizoko kati ya hizi aina mbili za imani.

Imani ya kimwili ni imani iliyo sawa na elimu

"Imani ya kimwili" ni aina ya imani ambayo kwa hiyo unaamini jambo kwa sababu unaweza kuliona kwa macho yako na linalingana na elimu yako au akili yako mwenyewe. Aina hii ya imani mara nyingi inaitwa "imani kama elimu" au "imani ya kuafikiana na razini/mantiki."

Kwa mfano, wale walioona utaratibu wa kutengeneza dawati la mbao na pia wakasikia juu yake bila shaka wataamini watu wengine watakaposema, "Dawati hutengenezwa kwa mbao." Mtu yeyote anaweza kuwa na imani aina hii kwa sababu anaamini kwamba kitu fulani hutengenezwa kutokana na kitu fulani. Hiyo ni kusema, siku zote watu hufikiria kwamba vitu vionekanavyo ni vya lazima katika kutengeneza vitu vingine.

Watu huweka na kuhifadhi elimu katika mfumo wa kumbukumbu wa ubongo wao kuanzia wakati ule wanapozaliwa. Hukumbuka yale wanayoyaona, yale wanayosikia na yale wanayojifunza kutoka kwa wazazi wao, ndugu zao, jirani zao au shuleni, na kutumia elimu hiyo iliyowekwa kumbukumbu ubongoni wakati wanapoihitaji.

Imani Ni Nini?

Kati ya elimu iliyohifadhiwa, kuna mambo mengi ya uongo ambayo yako kinyume na Neno la Mungu. Neno lake ni ukweli usiobadilika kamwe, lakini elimu yako nyingi ni uongo unaobadilika kwa wakati. Hata hivyo, watu huchukulia uongo kama ukweli kwa sababu hawajui ukweli hasa ni nini. Kwa mfano, watu huchukulia nadharia ya mageuko kuwa ukweli kwa sababu ni jambo walilofunzwa shuleni. Kwa hiyo hawawezi kuamini kwamba kitu kinaweza kutengenezwa bila kutumia kitu kingine.

Imani ya kimwili ni imani iliyokufa bila matendo

Jambo la kwanza, watu wenye imani ya kimwili hawawezi kukubali kwamba Mungu aliumba kitu bila kutumia kitu kingine hata kama wanaenda kanisani na kusikiliza Neno la Mungu, kwa sababu elimu waliyopata kutoka wazaliwe inapingana na Neno lake. Hawaamini miujiza iliyonakiliwa kwenye Biblia. Wanaamini Neno la Mungu wanapojazwa Roho Mtakatifu na neema, lakini huanza kuwa na mashaka wakati wanapopoteza neema hiyo. Wanaanza hata kufikiria kwamba majibu waliyopokea kutoka kwa Mungu yalikuwa bahati tu.

Kufuatana na hayo, watu wenye imani ya kimwili wana migongano mioyoni mwao, na hawaungami kutoka vilindi vya mioyo yao, ingawa kwa midomo yao wanasema wanaamini. Hawana ushirika na Mungu wala kupendwa na yeye kwa sababu hawaishi kwa Neno lake.

Kwa mfano. Kwa jumla, ni sawa kumlipiza kisasi adui yako, lakini Biblia inatufundisha kwamba ni lazima tuwapende adui zetu na mtu akitupiga kofi shavu la kulia tumgeuzie la kushoto. Mtu mwenye imani ya kimwili anapopigwa lazima naye ampige yule aliyempiga ndipo apate kuridhika. Kwa vile ameishi maisha yake yote namna hii, ni rahisi zaidi kwake kuchukia, kuhusudu, au kuwaonea wivu wengine. Pia inakuwa mzigo kwake kuishi kwa Neno la Mungu na hawezi kuishi kwa shukrani na furaha kwa sababu havifuatani na fikira zake.

Ni kama tu tuonavyo katika Yakobo 2:26, "Maana kama vile mwili pasipo roho umekufa, vivyo hivyo na imani pasipo matendo imekufa," imani ya kimwili ni imani iliyokufa isiyo na matendo. Watu wenye imani ya kimwili hawawezi kupokea wokovu wala majibu ya Mungu. Juu ya hili Yesu anatwambia, "Si kila mtu aniambiaye, Bwana, Bwana, atakayeingia katika ufalme wa mbinguni; bali ni yeye afanyaye mapenzi ya Baba yangu aliye mbinguni" (Mathayo 7:21).

Mungu hukubali imani ya kiroho

Imani ya kiroho inatolewa wakati unapoamini, hata kama huwezi kuona chochote kwa macho yako au jambo fulani haliafikiani na elimu yako au fikira zako. Ni kuamini kwamba Mungu aliumba vitu bila kutumia kitu chochote.

Watu wenye imani ya kiroho wanaamini bila mashaka yoyote kwamba Mungu aliumba mbingu na nchi kwa Neno lake, na akamuumba mwanadamu kutokana na mavumbi ya ardhini. Imani ya kiroho si jambo ambalo unaweza kuwa nalo kwa sababu unataka kuwa nalo; inatolewa na Mungu peke yake. Watu wenye imani ya kiroho wanaamini bila tashwishi miujiza iliyoandikwa katika Biblia, kwa hiyo sio vigumu kwao kuishi kwa Neno la Mungu na hupokea majibu ya kila jambo waliombalo na imani. Mungu hukubali imani ya kiroho iambatanayo na matendo na kwa hiyo unaweza kuokolewa, uende mbinguni, na upokee majibu ya maombi yako.

Imani ya kiroho ni "imani iliyo hai" ikiandamana na matendo

Unapokuwa na imani ya kiroho, Mungu hukukubali na kuyapa uhakika maisha yako kwa majibu yake na baraka zake. Kwa mfano, tuseme kuna wakulima wawili wafanyao kazi katika shamba la bwana wao. Katika hali ile ile moja, mmoja avune magunia matano ya mpunga na yule mwingine avune magunia matatu. Yule bwana atapendezwa zaidi na mkulima yupi kati ya hao wawili? Kawaida, mkulima yule mwenye magunia matano ya mpunga atapendelewa zaidi na kumpendeza Bwana wake..

Wale wakulima wawili walivuna kiasi tofauti katika shamba moja kulingana na jitihada zao. Mkulima aliyevuna magunia matano ya mpunga lazima awe alipalilia kwa bidii na kunyunyizia maji mimea yake kila mara kwa jasho jingi. Kinyume na huyo, yule mkulima mwingine hakuweza kuvuna zaidi ya magunia matatu ya mpunga kwa sababu alikuwa mvivu na alipuuza kazi yake kiasi hicho.

Mungu humhukumu kila mtu kulingana na matendo yake. Ni wakati ule peke yake unapoonyesha imani yako kwa matendo, ndipo atakapoitambua kama imani ya kiroho na akubariki.

Usiku ule alioshikwa Yesu, Petro mmoja wa wanafunzi wake alimwambia, "Wajapochukizwa wote kwa ajili yako, mimi sitachukizwa kamwe" (Mathayo 26:33). Lakini Yesu akamjibu, "Amin, nakuambia wewe, usiku huu kabla ya kuwika jogoo, utanikana mara tatu" (kif. 34). Petro alisema kwa moyo wake wote lakini Yesu alijua kwamba Petro angemkana wakati maisha yake yalipotishwa.

Petro alikuwa bado hajampokea Roho Mtakatifu na akamkana Yesu mara tatu maisha yake yalipokuwa hatarini baada ya Yesu kushikwa. Hata hivyo, baada ya kumpokea Roho Mtakatifu, Petro alibadilishwa kabisa. Imani yake kama elimu iligeuka na kuwa imani ya kiroho, na akawa mtume mwenye nguvu wa kuhubiri injili kwa ujasiri. Alienda njia ya uadilifu hadi aliposulubiwa kichwa chini miguu juu.

Ndiyo maana, unaweza kumwamini na kumtii Mungu katika hali yoyote unapokuwa na imani ya kiroho. Ili uweze Kuwa na Imani ya Kiroho, ni lazima ung'ang'ane vilivyo kutii Neno la Mungu na upate moyo usiobadilika. Kupitia kwa kuishi imani ya kiroho ikiandamana na matendo, unaweza kupokea wokovu na uzima wa milele, kubadilika na kuwa mtu wa ukweli kamilifu, na kufurahia baraka za ajabu katika roho na katika mwili.

Hata hivyo, unapokuwa na imani ya kimwili iliyokufa bila matendo, huwezi kupokea wokovu wala kupokea majibu ya Mungu hata ujaribu namna gani au hata uwe umeenda kanisani kwa muda gani.

4. Kuwa na Imani ya Kiroho

Unawezaje kubadilisha imani yako ya kimwili iwe imani ya kiroho na ufanye "yale utarajiayo" yawe halisi na "yale yasiyoonekana" yawe ushahidi wa kuonekana? Ni lazima ufanye nini ndipo uwe na imani?

Kutupa fikira na nadharia za kimwili

Elimu nyingi uliyopata tangu uzaliwe hukuzuia kupata imani ya kiroho kwa sababu iko kinyume na Neno la Mungu. Kwa mfano, nadharia kama ile ya mageuko inakana uumbaji wa ulimwengu alioufanya Mungu. Hii inawafanya wafuasi wa nadharia ya mageuko wasiweze kuamini kwamba Mungu huumba kitu bila kutumia kitu chochote. Wataweza kuamini "Hapo mwanzo Mungu aliziumba mbingu na nchi" (Mwanzo 1:1)?

Kwa hiyo, ili uweze Kuwa na Imani ya Kiroho, ni lazima ubomoe kila aina ya fikira zako ambazo ziko kinyume na Neno la Mungu na nadharia zote, kama ile ya mageuko, ambazo zinakuzuia usiamini Neno lake la Biblia. Bila kuondoa mawazo yako na nadharia zako ambazo ziko kinyume na Neno lake, huwezi kuamini Neno la Mungu lililoandikwa katika Biblia hata kama utajaribu sana kwa hamu kuliamini.

Zaidi ya hayo, hata uende kanisani kwa bidii namna gani na kuhudhuria ibada za kuabudu, huwezi kuwa na imani ya kiroho. Hii ndiyo sababu watu wengi wako mbali na njia ya wokovu na hawapokei majibu ya Mungu kwa maombi yao hata ingawa wanaenda kanisani kila mara.

Mtume Paulo alikuwa na imani ya kimwili wakati ule tu alipokuwa hajakutana na Bwana Yesu katika maono katika njia ya kwenda mji wa Dameski. Alikuwa hajamjua Yesu kama Mwokozi wa watu wote na badala yake aliwatia Wakristo wengi gerezani na kuwatesa.

Kwa hivyo, unapaswa kuondoa kila aina ya fikira zako na nadharia ambazo ziko kinyume na Neno la Mungu ili upate kubadilisha imani yako ya kimwili iwe imani ya kiroho. Kupitia kwa mtume Paulo, Mungu anatukumbusha haya yafuatayo:

> Maana silaha za vita vyetu si za mwili, bali zina uwezo katika Mungu hata kuangusha ngome; tukiangusha mawazo na kila kitu kilichoinuka, kijiinuacho juu ya elimu ya Mungu; na tukiteka nyara kila fikira ipate kumtii Kristo; tena tukiwa tayari kupatiliza maasi yote, kutii kwenu kutakapotimia (2 Wakorintho 10:4-6).

Paulo aliweza kuwa mhubiri mkubwa wa injili baada tu ya kuwa na imani ya kiroho peke yake, kwa kuvunja kila aina ya fikira, nadharia, na hoja ambazo zilikuwa kinyume na Mungu. Alichukua usukani wa kuwahubiri injili Mataifa na akawa nguzo ya umisionari wa ulimwenguni. Hatimaye, Paulo aliweza kufanya ungamo la kijasiri sana kama lifuatalo:

Lakini mambo yale yaliyokuwa faida kwangu, naliyahesabu kuwa hasara kwa ajili ya Kristo. Naam, zaidi ya hayo, nayahesabu mambo yote kuwa hasara kwa ajili ya uzuri usio na kiasi wa kumjua Kristo Yesu, Bwana wangu; ambaye kwa ajili yake nimepata hasara ya mambo yote nikiyahesabu kuwa kama mavi ili nipate Kristo; tena nionekane katika yeye, nisiwe na haki yangu mwenyewe ipatikanayo kwa sheria, bali ile ipatikanayo kwa imani iliyo katika Kristo, haki ile itokayo kwa Mungu, kwa imani (Wafilipi 3:7-9).

Kujifunza Neno la Mungu kwa Hamu

Warumi 10:17 inatufunza, "Basi imani, chanzo chake ni kusikia; na kusikia huja kwa neno la Kristo." Ni lazima usikilize na ujifunze Neno la Mungu; ikiwa hulijui Neno la Mungu, huwezi kuishi kwa hilo. Kama hutendi Neno la Mungu bali umelihifadhi tu kama elimu, hawezi kukupa imani ya kiroho kwa sababu unaweza kushikwa na kiburi cha elimu yako.

Natuseme kuna msichana ambaye ana tumaini la kuwa mpiga

kinanda maarufu. Hata asome vitabu na kujifunza nadharia mara ngapi, hawezi kuwa mpiga kinanda mkubwa bila kufanya mazoezi. Vivyo hivyo, bila kutii Neno la Mungu, hata ulisome, ulisikie na kujifunza kwa bidii namna gani, yote ni bure. Unaweza tu kuwa na imani ya kiroho unapotenda kulingana na Neno la Mungu.

Kutii Neno la Mungu

Kwa hivyo, ni lazima umwamini Mungu aishiye na ushike Neno lake katika kila hali. Ukiamini Neno lake bila tashwishi yoyote baada ya kulisikiliza, utalitii. Hivyo basi, unaweza kuwa na hakikisho moyoni mwako kwa sababu Neno la Mungu linatimilishwa katika uhalisi. Baada ya hiyo, utajitahidi kuishi kwa Neno la Mungu zaidi na zaidi.

Kwa kurudiarudia utaratibu huu, unaweza kupokea imani inayokuwezesha kutii Neno kikamilifu, na neema yake na nguvu vitakuja juu yako. Utajazwa Roho Mtakatifu na kila kitu kitakuendea vizuri.

Wakati wa Kutoka, kulikuwa na angalau Waisraeli wanaume elfu mia sita wenye miaka ishirini na zaidi. Lakini mwishowe, wawili wao peke yake–Yoshua na Kalebu–waliweza kuingia Nchi ya Ahadi ya Kanaani. Isipokuwa hawa wawili, hakuna mtu mwingine aliyeamini ahadi ya Mungu kutoka mioyoni mwao na kumtii Yeye.

Katika Hesabu 14:11, BWANA alimwambia Musa, "Je!

Imani Ni Nini?

Watu hawa watanidharau hata lini? Wasiniamini hata lini? Nijapokuwa nimefanya ishara hizo zote kati yao?" Walijua kuhusu Mungu vizuri na kwa sababu walikuwa wameshuhudia nguvu zake zilizoleta Mapigo Kumi juu ya Misri na akagawanya Bahari ya Shamu mara mbili, pia walifikiri walikuwa wanamwamini. Waliona mwongozo wa Mungu na uwepo wake kwa nguzo ya moto wakati wa usiku na nguzo ya wingu wakati wa mchana, na wakala mana iliyotoka juu kila siku. Hata hivyo, Mungu alipowaamrisha waingie nchi ya Kanaani, hawakumtii kwa sababu waliwaogopa Wakanaani. Badala yake, waliwalalamikia na kumpinga Musa na Haruni. Hiyo ni kwa sababu walikuwa hawana imani ya kiroho ya kumtii Mungu ingawa walikuwa na imani ya kimwili baada ya kuona na kusikia kazi za kimiujiza za nguvu za Mungu mara nyingi.

Ili uweze Kuwa na Imani ya Kiroho, unapaswa kumwamini Mungu na utii Neno lake kila wakati. Kama unampenda kweli, utamtii, naye atakujibu maombi yako na mwishowe atakupeleka katika uzima wa milele.

Warumi 10:9-10 inatukumbusha, "Ukimkiri Yesu kwa kinywa chako ya kuwa ni Bwana, na kuamini moyoni mwako ya kuwa Mungu alimfufua katika wafu, utaokoka. Kwa maana kwa moyo mtu huamini hata kupata haki, na kwa kinywa hukiri hata kupata wokovu."

"Kuamini moyoni mwako" hakuonyeshi imani kama elimu, bali imani ya kiroho ambayo kwa hiyo unaamini jambo bila tashwishi yoyote moyoni mwako. Wale wanaoliamini Neno la Mungu mioyoni mwao hulitii, huwa waadilifu, na hufanana na Bwana pole pole. Ungamo lao, "Ninamwamini Bwana," huwa ni ni la kweli na hupokea wokovu.

Naomba uwe na imani ya kiroho iambatanayo na matendo ya kulitii Neno la Mungu, katika jina la Bwana ninaomba! Kisha, unaweza kumpendeza na kufurahia maisha yaliyojaa nguvu zake ambazo kupitia kwa hizo kila kitu kinawezekana.

Sura ya 2

Ukuaji wa Imani ya Kiroho

"Nawaandikia ninyi, watoto wadogo,
kwa sababu mmesamehewa dhambi zenu,
kwa ajili ya jina lake.
Nawaandikia ninyi, akina baba,
kwa sababu mmemjua yeye aliye tangu mwanzo.
Nawaandikia ninyi, vijana,
kwa sababu mmemshinda yule mwovu.
Nimewaandikia ninyi, watoto,
kwa sababu mmemjua Baba.
Nimewaandikia ninyi, akina baba,
kwa sababu mmemjua yeye aliye tangu mwanzo.
Nimewaandikia ninyi, vijana,
kwa sababu mna nguvu,
na neno la Mungu linakaa ndani yenu,
nanyi mmemshinda yule mwovu."
(1 Yohana 2:12-14)

Unaweza kufurahia haki na baraka kama mtoto wa Mungu kama uko na imani ya kiroho. Hutapokea wokovu tu peke yake na uende mbinguni, lakini pia utapokea majibu ya kila utakaloomba. Licha ya hayo, kama una imani ya kumpendeza Mungu kwa kutii Neno lake, mambo yote yanawezekana kwa imani yako.

Hii ndiyo sababu Yesu anatwambia katika Marko 16:17-18, "Na ishara hizi zitafuatana na hao waaminio; kwa jina langu watatoa pepo; watasema kwa lugha mpya; watashika nyoka; hata wakinywa kitu cha kufisha, hakitawadhuru kabisa; wataweka mikono yao juu ya wagonjwa, nao watapata afya."

Tembe ndogo ya haradali hukua na kuwa mti mkubwa

Yesu aliwaambia wanafunzi wake kwamba walikuwa na imani haba alipowaona wameshindwa kutoa pepo, na akaongeza kwamba kila kitu kinawezekana hata kwa imani ndogo kama punje ya haradali. Katika Mathayo 17:20 anasema, "Yesu akawaambia, Kwa sababu ya upungufu wa imani yenu. Kwa maana, amin, nawaambia, Mkiwa na imani kiasi cha punje ya haradali mtauambia mlima huu, Ondoka hapa uende kule; nao utaondoka; wala halitakuwako neno lisilowezekana kwenu."

Punje ya haradali ni ndogo sana kama kitone kidogo cha kalamu juu ya karatasi. Lakini na imani ndogo kama hiyo, unaweza kuitumia kuondoa mlima ukaupeleka mahali pengine. Mambo yote yanawezekana kwako.

Je, una imani ndogo kama punje ya haradali? Je, milima

inahama unapoiamrisha? Je, yote yawezekana kwako? Kwa kuwa ni vigumu kwako kushika maana ya fungu hili bila kuelewa maana yake ya kiroho kikamilifu, natuchambue ndani yake kwa kutumia mfano alioutoa Yesu wa punje ya haradali:

Akawatolea mfano mwingine, akisema, Ufalme wa mbinguni umefanana na punje ya haradali, aliyoitwaa mtu akaipanda katika shamba lake; 32 nayo ni ndogo kuliko mbegu zote; lakini ikiisha kumea, huwa kubwa kuliko mboga zote, ikawa mti, hata nyuni wa angani huja na kukaa katika matawi yake (Mathayo 13:31-32).

Punje ya haradali ni ndogo kuliko mbegu nyingine yoyote, lakini inapokua na kuwa mti mkubwa, ndege wengi hutua kwenye matawi yake. Yesu alitumia mfano huu wa punje ya haradali kutufundisha kwamba tunaweza kuhamisha mlima, na yote yawezekana wakati imani yako ndogo inapokomaa. Wanafunzi wa Yesu lazima wawe walikuwa na imani kubwa ambayo kwa hiyo kila kitu kiliwezekana kwa sababu walikuwa wamekuwa pamoja naye kwa muda mrefu na kuona kazi nyingi za kimaajabu za Mungu. Hata hivyo, kwa sababu hawakuwa na imani kubwa, Yesu aliwakaripia.

Kiasi chote cha imani

Mara tu unapompokea Roho Mtakatifu na kupata imani ya kiroho, imani yako lazima ikomae na ifikie kiasi kamili kinachofanya mambo yote yawezekane. Mungu anataka upokee majibu ya kila unachoomba kwa kuongeza imani yako.

Waefeso 4:13-15 pia inatukumbusha "hata na sisi sote tutakapoufikia umoja wa imani na kumfahamu sana Mwana wa Mungu, hata kuwa mtu mkamilifu, hata kufika kwenye cheo cha kimo cha utimilifu wa Kristo; ili tusiwe tena watoto wachanga, tukitupwa huku na huku, na kuchukuliwa na kila upepo wa elimu, kwa hila ya watu, kwa ujanja, tukizifuata njia za udanganyifu. Lakini tuishike kweli katika upendo na kukua hata tumfikie yeye katika yote, yeye aliye kichwa, Kristo."

Ni kawaida mtoto mchanga anapozaliwa, kuzaliwa kwake kusajiliwe na serikali, na anakua kuwa mtoto, kisha kijana. Katika wakati unaofaa, anaoa, na kuzaa watoto, na kuwa baba.

Vivyo hivyo, unapokuwa mtoto wa Mungu kupitia kwa Yesu Kristo na jina lako limeandikwa katika Kitabu cha Uzima katika ufalme wa Mbinguni, imani yako inapaswa kukua kila siku ili ifikie imani ya watoto, vijana, na kisha akina baba.

Hiyo ndiyo sababu 1 Wakorintho 3:2-3 inatufunza, "Naliwanywesha maziwa sikuwalisha chakula; kwa kuwa mlikuwa hamjakiweza. Naam, hata sasa hamkiwezi, kwa maana hata sasa ninyi ni watu wa tabia ya mwilini. Maana, ikiwa kwenu kuna husuda na fitina, je! Si watu wa tabia ya mwilini ninyi; tena mnaenenda kwa jinsi ya kibinadamu?"

Kama vile mtoto mchanga lazima anyonye maziwa ili apate kuishi, mtoto wa kiroho lazima anywe maziwa ya kiroho ili apate kukua. Basi mtoto wa kiroho anawezaje kukua hata kuwa baba?

1. Imani ya Watoto Wachanga/Watambaao

1 Yohana 2:12 inasema, "Nawaandikia ninyi, watoto wadogo, kwa sababu mmesamehewa dhambi zenu, kwa ajili ya jina lake." Kifungu hiki kinatwambia kwamba mtu ambaye hakumjua Mungu atasamehewa dhambi zake atakapomkubali Yesu Kristo, na kupokea haki ya kuwa mwana wa Mungu kupitia kwa Roho Mtakatifu ambaye huja na kukaa moyoni mwake (Yohana 1:12). Hakuna kitu kingine ila jina la Yesu Kristo ambalo kwa hilo unaweza kusamehewa na kupokea wokovu. Hata hivyo, watu wa ulimwengu huuchukulia Ukristo kama aina ya dini ambayo ni nzuri kwa kuwa na akili nzuri na wanauliza swali linalostahili kukaripiwa, "Kwa nini mnasema tunaweza kuokolewa kupitia kwa Yesu Kristo peke yake?"

Basi, kwa nini Yesu Kristo peke yake ndiye Mwokozi wetu? Yesu peke yake ambaye alikufa pale msalabani.

Matendo 4:12 inasema, "Wala hakuna wokovu katika mwingine awaye yote, kwa maana hapana jina jingine chini ya mbingu walilopewa wanadamu litupasalo sisi kuokolewa kwalo," na Matendo 10:43 inasema, "Huyo manabii wote humshuhudia, ya kwamba kwa jina lake kila amwaminiye atapata ondoleo la dhambi." Kwa hiyo, ni upaji na mapenzi ya Mungu kwamba wanadamu waokolewe kupitia kwa Yesu Kristo.

Katika historia yote ya mwanadamu, kuna wale walioitwa "wakuu" au "wakarimu" kama vile Socrates, Confucius, Buddha, na wengine kama hao. Hata hivyo katika mtazamo wa Mungu, wote hao walikuwa viumbe tu na wenye dhambi kwa sababu wanadamu wote wamezaliwa na dhambi asili waliyorithi kutoka kwa Adamu na baba zao. Adamu ndiye aliyefanya dhambi ya kutotii.

Lakini Yesu alikuwa na nguvu ya kiroho na sifa zifaazo kumfanya awe Mwokozi wa wanadamu: hakuwa na dhambi ya asili kwa sababu alitungiwa mimba na Roho Mtakatifu. Pia hakuwa na dhambi alizozifanya mwenyewe maishani mwake. Kwa njia hiyo, alikuwa na nguvu ya kumwokoa mwanadamu kwa sababu hakuwa na kasoro na alikuwa na upendo mkubwa wa kutoa hata uhai wake mwenyewe kwa ajili ya wenye dhambi.

Kwa hivyo, kama unaamini kwamba Yesu Kristo ndiye njia ya pekee ya kweli ya kupata wokovu na umkubali kama Mwokozi wako utasamehewa dhambi zako zote, umpokee Roho Mtakatifu kama kipawa cha Mungu, na upigwe muhuri kama mtoto wake.

Imani ya mhalifu upande mmoja wapo wa Yesu

Yesu aliposulubiwa msalabani ili achukue dhambi za mwanadamu, mmoja wa wale wahalifu wawili upande mmoja wa Yesu alitubu dhambi zake na akamkubali kama Mwokozi wake kabla tu ya kufa. Kwa hiyo, akapigwa muhuri kama mtoto wa Mungu na akaingia Paradiso. Wote waliozaliwa mara ya pili kwa kumkubali Yesu Kristo, Mungu anawaita, "watoto wangu wadogo!"

Watu wengine wanaweza kubisha kwamba, "Mhalifu alimkubali Yesu kama Mwokozi wake na akaokolewa kabla ya kifo chake tu. Nitafurahia ulimwengu kama nipendavyo na nimkubali Yesu Kristo kama Mwokozi wangu kabla tu ya kufa. Bado nitaenda Mbinguni!" Hata hivyo dhana kama hiyo, ni uongo kabisa.

Huyo mhalifu aliwezaje kumkubali Yesu, mtu ambaye alidhihakiwa na watu waovu na akawa anakufa juu ya msalaba? Huyo mhalifu alikuwa tayari amefikiri kwamba Yesu anaweza kuwa ndiye Masihi alipokuwa amesikiliza jumbe zake. Alikiri imani yake kwa Yesu na akamkubali kama Mwokozi wake alipoangikwa msalabani kando ya yake. Kwa njia hiyo, alipokea wokovu na akapata haki ya kuingia Paradiso.

Vivyo hivyo, mtu yeyote hupata haki ya kuwa mwana wa Mungu anapomkubali Yesu kama Mwokozi wake na kupokea Roho Mtakatifu. Hiyo ndiyo sababu Mungu humwita, "Mtoto wangu mdogo." Kwa mfano, mtoto anapozaliwa, kuzaliwa kwake husajiliwa na kuwa raia wa nchi alimozaliwa. Vivyo hivyo, unaweza kupata uraia wa mbinguni na utambuliwe kama mtoto wa Mungu kama jina lako litasajiliwa katika Kitabu cha Uzima.

Kwa hiyo, Imani ya Watoto Wachanga/Watambaao ni imani ya watu ambao wamemkubali Yesu Kristo karibuni sana, wamesamehewa dhambi zao na wamekuwa watoto wa Mungu kwa kuwa majina yao yamesajiliwa katika Kitabu cha Uzima kule Mbinguni.

2. Imani ya Watoto

Watu wanaozaliwa mara ya pili kama watoto wa Mungu kwa

kumkubali Yesu Kristo na kupata maisha ya kiroho hukomaa katika imani yao na kupata imani ya watoto. Mtoto mchanga anapozaliwa na kuachishwa kunyonya, anaweza kuwatambua wazazi wake na kutofautisha vipengele fulani, mazingira, na watu. Lakini, watoto wanajua mambo machache sana kwa hiyo lazima wawe chini ya ulinzi wa wazazi wao. Wakiulizwa kama wanajua wazazi wao ni akina nani, yamkini wanaweza kusema, "Ndiyo." Hata hivyo, wanapoulizwa mji wanaokaa wazazi wao au nasaba ya familia yao, hawawezi kujibu. Kwa hiyo, watoto hawawajui wazazi wao kwa kina, hata ingawa wanaweza kusema, "Namjua baba na mama."

Wazazi wakimnunulia mtoto wao vitu vya kuchezea, mtoto anaweza kutambua kwamba hili ni gari au mwanasesere, lakini hajui hilo gari la kuchezea lilitengenezwa namna gani au mwanasesere alinunuliwa kwa bei gani. Inafuata kwamba watoto hujua sehemu fulani za vitu wanavyoweza kuviona kwa macho yao, lakini hawaelewi utondoti wa vitu wasivyoweza kuviona.

Kiroho, watoto wana imani ya watu wanaoanza kumjua Mungu Baba; wanafurahia neema katika imani baada ya kumkubali Yesu Kristo na kumpokea Roho Mtakatifu. 1 Yohana 2:13 inasema, Nimewaandikia ninyi, watoto, kwa sababu mmemjua Baba." Hapa, "mmemjua Baba" inaonyesha kwamba watu wenye imani ya watoto wamemkubali Yesu Kristo na kujifunza Neno la Mungu kwa kwenda kanisani.

Kama tu mtoto anavyojua mambo machache mara ya kwanza lakini anaweza kumtambua babake na mamake anapoendelea kukua, waamini wapya pia hufahamu pole pole mapenzi na moyo wa Mungu Baba wanapoendelea kwenda kanisani na kusikiliza Neno lake. Bado hawawezi kulitii Neno kwa sababu hawana imani ya kutosha. Kwa hivyo, imani ya watoto si imani ya watu wanaojua ukweli kwa kuusikiliza, lakini wakati mwingine wanatii Neno na wakati mwingine hawalitii. Kiwango hiki cha imani hakijatimilika bado.

Ni nani amwitaye Mungu "Baba"?

Kama mtu hajamkubali Yesu Kristo lakini anasema, "Namjua Mungu," anadanganya. Bado kuna wale wasemao, "Siendi kanisani, lakini namjua Mungu." Wao ni wale waliosoma Biblia mara moja au mara mbili, walikuwa wakienda kanisani hapo awali, au wamesikia juu ya Mungu huku au huko. Hata hivyo, je, kwa kweli wanamjua Mungu Muumba?

Kama kweli wanamjua Mungu, basi wanapaswa kuelewa kwa nini Yesu ndiye Mwana wa pekee wa Mungu, kwa nini Mungu alimtuma hapa duniani, na ni kwa nini Mungu aliuweka mti wa ujuzi wa mema na mabaya katika Bustani ya Edeni. Pia ni lazima wajue juu ya kuwako kwa Mbingu na Motoni, na jinsi wanavyoweza kuokolewa na waingie Mbinguni.

Zaidi ya hayo, kama kweli wanaelewa matendo haya, hakutakuwa na mtu atakayekataa kwenda kanisani na wataishi kwa Neno la Mungu. Lakini hawaendi kanisani au kumwita Mungu "Baba" kwa sababu hawamwamini Mungu na tena hawamjui.

Vivyo hivyo, watu wengine wa ulimwengu ambao

hawamwamini Mungu wanaweza kusema wanamjua lakini hiyo si kweli. Hawamtambui Mungu wala kumwita "Baba" kwa sababu hawamjui Yesu Kristo na hawaishi katika Neno lake (Yohana 8:19).

Watu humwita Mungu kwa njia tofauti

Waamini humwita Mungu yule yule kwa njia tofauti kulingana na kiasi cha imani yao. Hakuna anayeweza kumwita "Mungu Baba" kabla kumkubali Yesu Kristo kama Mwokozi wake. Ni kawaida kabisa kwamba hamwiti "Baba" kwa sababu bado hajazaliwa mara ya pili.

Waamini wapya wanamwita Mungu nani? Wana haya kidogo na hivyo humwita tu "Mungu." Hawawezi kumwitam "Mungu Baba yangu" kwa upendo bali badala yake wanajisikia wao si stadi au hawafahamu kwa sababu hawajamtumikia kama Baba yao.

Hata hivyo, jina ambalo waamini humwita Mungu hubadilika wakati imani yao inapoendelea kukua kufikia kiasi cha watoto. wanamwita, "Baba" wanapokuwa na imani ya watoto, kama vile watoto wanavyowaita Baba zao kwa furaha "Papa." Kwa kweli, si makosa kwao kumwita "Mungu" tu au "Mungu Baba." Watakuja kumwita "Baba Mungu" badala ya "Mungu Baba" wakati imani ikikomaa zaidi. Licha ya hayo, wao humwita "Baba" tu wanapomwomba Mungu.

Unaona ni yupi anayeonyesha upendo zaidi na undani zaidi na Mungu: yule amwitaye "Mungu" au yule amwitaye "Baba"? Mungu atapendezwa namna gani utakapomwita "Baba Yangu" kutoka katika kilindi cha moyo wako!

Mithali 8:17 inatwambia, "Nawapenda wale wanipendao, Na wale wanitafutao kwa bidii wataniona." Jinsi unavyozidi kumpenda Mungu, ndivyo anavyozidi kukupenda. Jinsi unavyozidi kumtafuta, ndivyo inavyokuwa rahisi zaidi kupokea majibu yake.

Ni kweli kwamba, utaishi kule Mbinguni milele ukimwita Mungu "Baba" kama mtoto wake, kwa hivyo ni bora zaidi kwako kuwa na uhusiano wa ndani na wa kweli na Mungu katika maisha haya pia. Kwa hivyo, ni lazima utimize jukumu lako kama mtoto wa Mungu na uonyeshe ushahidi wa kumpenda kwa kutii amri zake kikamilifu.

3. Imani ya Vijana

Kama tu mtoto akuavyo na kuwa na nguvu na barobaro mwenye busara zaidi, imani ya watoto hukomaa na kuwa imani ya vijana. Yaani, baada ya awamu ya utoto wa kiroho katika imani, kupitia kwa maombi na Neno la Mungu, kiwango cha imani ya watu hukua hadi kufikia ile ya vijana wa kiroho ambao wanaweza kutambua mapenzi ya Mungu Baba na kutambua dhambi ni nini.

Vijana wana nguvu na ujasiri

Kuna watoto wachache wajuao sheria ya nchi vizuri. Wanapaswa kuwa chini ya wazazi wao, na hata wakifanya uhalifu, wazazi wao wanabeba hilo jukumu kwa sababu hawajawafundisha watoto wao vizuri. Watoto hawajui kwa usahihi dhambi ni nini, uadilifu ni nini, na moyo wa wazazi ni nini kwa sababu bado wangali katika utaratibu wa kujifunza.

Na mabarobaro je? Wana nguvu, wanakasirika upesi, na wana uwezekano mkubwa wa kufanya dhambi. Wana hamu ya kuona, kujifunza, na kujua kila kitu na kuwa na tabia ya kuwaigiza wengine. Wana tabia ya udadisi katika mambo yote, ni wakaidi, na wana hakika kwamba hakuna jambo ambalo hawawezi kulifanya.

Kwa njia hiyo hiyo, vijana wa kiroho hawatafuti vitu vya kidunia, badala yake wana tumaini la Mbinguni na mjazo wa Roho Mtakatifu na hushinda dhambi kwa Neno la Mungu kwa sababu wana imani yenye nguvu. Wanaishi maisha ya ushindi katika hali zote, wanashinda ulimwengu na shetani na ujasiri usioshindwa kwa sababu Neno limo ndani yao.

Kumshinda na kumtawala shetani/ibilisi

Basi ni kwa namna gani vijana wenye imani ya nguvu na ujasiri hushinda ulimwengu wa dhambi na shetani? Wale wanaomkubali Yesu Kristo hupata haki ya kuwa watoto wa Mungu na katika kweli wao huwashinda waovu kwa furaha. Ingawa shetani ana nguvu, hathubutu kufanya lolote mbele za watoto wa Mungu. Ndiyo maana, tunapata katika 1 Yohana 2:13, "Nawaandikia ninyi, vijana, kwa sababu mmemshinda yule mwovu."

Unaweza kumshinda shetani unapodumu katika kweli kwa sababu Neno la Mungu linapaswa kukaa ndani yako. Kama vile ambavyo watu hawawezi kufuata sheria kama hawaijui, huwezi kuishi kwa Neno la Mungu bila kulijua.

Kwa hivyo, unahitaji kushika Neno lake moyoni mwako na uishi kwa hilo kwa kuacha kila aina ya dhambi. Kwa njia hiyo, watu wenye imani ya vijana wanaweza kuushinda ulimwengu na Neno la Mungu. Hiyo ndio sababu 1 Yohana 2:14 inasema, "Nimewaandikia ninyi, vijana, kwa sababu mna nguvu, na neno la Mungu linakaa ndani yenu, nanyi mmemshinda yule mwovu."

4. Imani ya Akina Baba

Wakati vijana wenye roho ya nguvu isiyoshindwa wanapokua na kuwa watu wazima, wataweza kukadiria na kufahamu kila hali na baada ya uzoefu mwingi wao hupata hekima ya kuwa na busara ya kutosha kujinyenyekeza wanapolazimika. Watu wenye imani ya akina baba wanajua chanzo cha Mungu kwa kina na wanafahamu upaji wake kwa sababu wana imani ya kiroho ya kina.

Ni nani ajuaye chanzo cha Mungu?

Akina baba wako tofauti na vijana katika vipengele vingi. Vijana hawajakomaa kwa sababu hawana uzoefu, hata ingawa wamejifunza mambo mengi. Kwa hivyo kuna hali nyingi na matukio mengi ambayo vijana hawaelewi, lakini akina baba wanafahamu vizuri vipengele vingi kwa sababu wana uzoefu wa vipengele mbalimbali vya maisha.

Akina baba pia wanafahamu kwa nini wazazi wanapenda kuwa na watoto, jinsi kuzaa kulivyo na uchungu mwingi, na jinsi kulea watoto kusumbuavyo. Wanajua juu ya familia yao: wazazi wao walitoka wapi, jinsi walivyokutana na wakaoana, na mambo kama hayo.

Kuna mithali ya Kikorea, isemayo, "Unaweza kuuelewa moyo wa wazazi wako kweli wakati ule tu unapozaa watoto wako mwenyewe." Vivyo hivyo, watu wenye imani ya akina baba peke yake ndio wanaweza kuufahamu moyo wa Mungu Baba kikamilifu. 1 Yohana 2:13 inasema juu ya Wakristo wakomaavu kama hao, "Nawaandikia ninyi, akina baba, kwa sababu mmemjua yeye aliye tangu mwanzo."

Zaidi ya hayo, wale wenye imani ya akina baba huwa mfano kwa wengi na huwakaribisha kila aina ya watu kwa sababu ni wanyenyekevu na wanaweza kusimama kwa uthabiti kwenye ukweli bila kuuacha.

Kama itatubidi tulinganishe imani ya akina baba na majira ya mavuno, imani ya vijana inaweza kufananishwa na tunda bichi. Watu wenye imani ya vijana wanalinganishwa na mazao ambayo hayajaiva kwa sababu wanapenda kusisitiza juu ya fikira na nadharia zao wenyewe.

Lakini jinsi Yesu alivyoonyesha mfano wa huduma kwa kuwaosha miguu wanafunzi wake, akina Baba wa kiroho, tofauti na vijana, huzaa matunda yaliyoiva ya matendo na kumpa utukufu Mungu kwa matunda yale ya matendo.

Kuwa na moyo wa Yesu Kristo

Mungu anataka watoto wake wapate moyo wa Mungu, aliye tangu mwanzo, na juu ya Yesu Kristo, aliyejinyenyekeza na akawa mtiifu hata kufa (Wafilipi 2:5-8). Kwa sababu hiyo, Mungu anaruhusu majaribu kwa watoto wake, na kupitia majaribu haya imani yao hukomaa na kupata saburi na tumaini. Kwa njia hii, imani yao huongezeka kufikia kiwango cha Akina Baba.

katika Luka 17, Yesu aliwafundisha Wanafunzi wake kwa mfano wa mtumwa. Mtumwa mmoja alifanya kazi katika shamba siku nzima na akarudi nyumbani giza lilipokuwa linaingia, lakini hakukuwa na mtu aliyeweza kumwambia, "Umefanya kazi nzuri! Pumzika na ule chakula cha jioni." Badala yake, mtumwa yule alilazimika kumtayarishia chakula bwana wake na kumwandalia; ni baada ya hayo peke yake ndipo yule mtumwa angeweza kula chakula cha jioni. Zaidi ya hayo, hakuna mtu aliyemwambia, "Asante sana kwa kufanya kazi kwa bidii," ingawa alifanya kila kitu alichoamriwa na bwana wake. Mtumishi husema tu, "Mimi ni mtumwa nisiye faida, nimefanya tu yale niliyopaswa kufanya."

Kwa njia hiyo hiyo, unapaswa kuwa mwanamume mnyenyekevu na mtiifu asemaye, "Mimi ni mtumwa nisiye faida, nimefanya tu yale niliyopaswa kufanya," hata baada ya kufanya kila kitu alichokuamuru Mungu ufanye. Watu wenye imani ya akina baba wanajua kina na kimo cha moyo wa Mungu aliye tangu mwanzo, na pia wana moyo wa Yesu Kristo

Ukuaji wa Imani ya Kiroho

aliyejinyenyekeza na akajifanya kuwa mtu asiye faida na akawa mtiifu hadi kufa. Kwa hiyo, Mungu anatambua na kupongeza sana watu kama hao na watang'ara kama jua kule Mbinguni.

Kama vile punje ndogo ya haradali inavyokua na kuwa mti mkubwa ambamo ndege wengi hutua, imani ya kiroho hukua kutoka kiasi cha watoto wachanga/watambaao hadi watoto, vijana, na akina baba. Unabarikiwa vya ajabu namna gani wakati unapomjua yule aliye tangu mwanzo, unapokuwa na imani ya kutosha kufahamu kimo chake na kina, na unaweza kuchunga roho nyingi zinazotangatanga kama alivyofanya Yesu!

Naomba uwe na moyo wa Bwana ujae ukarimu na upendo, uwe na imani ya akina baba, zaa matunda kwa wingi, na ung'ae kama jua kule Mbinguni milele na milele, katika jina la Bwana wetu ninaomba!

Sura ya 3

Kiasi cha Imani cha Kila Mtu

"Kwa maana kwa neema niliyopewa
namwambia kila mtu aliyeko kwenu
asinie makuu
kupita ilivyompasa kunia;
bali awe na nia ya kiasi,
kama Mungu alivyomgawia kila mtu kiasi cha imani."
(Warumi 12:3)

Mungu anakuruhusu uvune kama unavyopanda na anakupa thawabu kulingana na ulivyofanya kwa sababu yeye ni mwenye haki. Katika Mathayo 7:7-8 Yesu anasema, "Ombeni, nanyi mtapewa; tafuteni, nanyi mtaona; bisheni, nanyi mtafunguliwa; kwa maana kila aombaye hupokea; naye atafutaye huona; naye abishaye atafunguliwa."

Unapokea baraka na majibu ya maombi yako sio kwa imani ya kimwili bali kwa imani ya kiroho. Unaweza kupata imani ya kimwili wakati unaposikiliza Neno la Mungu na kujifunza. Lakini imani ya kiroho, haitolewi bure; unaweza kuipokea unapopewa na Mungu peke yake.

Ndiyo maana, Warumi 12:3 inatuhimiza, "Bali awe na nia ya kiasi, kama Mungu alivyomgawia kila mtu kiasi cha imani." Imani ya kiroho ambayo Mungu humpatia kila mtu ni tofauti kati ya mtu mmoja hadi mwingine. Pia, kama tuonavyo katika 1 Wakorintho 15:41, "Kuna fahari moja ya jua, na fahari nyingine ya mwezi, na fahari nyingine ya nyota; maana iko tofauti ya fahari hata kati ya nyota na nyota," makao ya mbinguni na utukufu unaozawadiwa kila mmoja ni tofauti kulingana na kiasi cha imani ya mtu.

1. Kiasi cha Imani Kitolewacho na Mungu

"Kiasi" ni uzito, ujazo, wingi, au ukubwa wa kitu. Mungu

hupima imani ya kila mmoja na kumpa mtu majibu kulingana na kiasi cha imani yake.

Kwa jumla, watu wenye imani kuu wanaweza kupokea majibu kama tu watayatamani mioyoni mwao. Lakini wengine hupokea majibu wakati tu wanapoomba kwa bidii kwa kufunga kwa siku moja, na wengine kwa imani haba hupokea majibu wanapoomba kwa miezi au miaka. Kama ungeweza "kupokea" imani ya kiroho kama utakavyo, kila mmoja angepokea baraka na majibu atakayo. Ulimwengu ungekuwa mahali pa kuishi pa kuchanganyisha pasipo na mpango.

Tuseme kuna mtu asiyeishi kwa Neno la Mungu. Mtu huyo akiomba, "Mungu, tafadhali nakusihi niwe mkubwa wa shirika mashuhuri zaidi la biashara katika nchi hii!" au "Yule mwanamume namchukia. Tafadhali mwadhibu," na ombi lake na matamanio yake yajibiwe, ulimwengu ungekuwaje?

Imani ya kiroho na utiifu

Unawezaje kuwa na imani ya kiroho? Mungu hampatii kila mtu imani ya kiroho, lakini huwapa wale wanaostahili peke yake kwa kutii Neno lake. Kulingana na hayo, unaweza kupokea imani ya kiroho kulingana na jinsi unavyoacha yale ambayo si kweli kama vile chuki, ugomvi, husuda, uzinzi, na mambo kama hayo ndani yako, na umpende hata adui zako.

Katika Biblia, Yesu aliwapongeza wengine, kwa kusema,

"Imani yako ni kubwa!" lakini akawakemea wengine, kwa kusema, "Imani yenu ni haba!"

Kwa mfano, katika Mathayo 15:21-28 mwanamke mmoja Mkanaani alikuja kwa Yesu akamwomba amponye binti yake aliyepagawa na pepo. Alilia kwa sauti, "Unirehemu, Bwana, Mwana wa Daudi; binti yangu amepagawa sana na pepo" (kif. 22).

Lakini, Yesu alitaka kujaribu imani yake, akajibu, "Sikutumwa ila kwa kondoo waliopotea wa nyumba ya Israeli" (kif. 24). Huyo mwanamke akapiga magoti mbele ya Yesu. Akasema, "Bwana, unisaidie!" (kif. 25). Yesu akakataa tena, akasema, "Si vema kukitwaa chakula cha watoto na kuwatupia mbwa" (kif. 26). Alisema hivi kwa sababu Wayahudi wa wakati wake waliwachukulia Mataifa kama mbwa na yule mwanamke alikuwa mtu wa Mataifa kutoka eneo lililoitwa Tiro.

Katika hali hii, watu wengi wangekuwa wamesikia kuaibishwa, wangevunjika moyo, au kuudhika na wangeacha kujaribu kupokea majibu. Lakini yule mwanamke hakuvunjika moyo na akakubali yale aliyosema Yesu kwa unyenyekevu. Akajishusha kama kitu kidogo duni kama mbwa, na akaomba neema ya Yesu bila kukoma: "Ndiyo, Bwana, lakini hata mbwa hula makombo yaangukayo mezani pa bwana zao" (kif. 27). Kusikia hilo Yesu alipendezwa na imani yake na akajibu, "Mama, imani yako ni kubwa; na iwe kwako kama utakavyo," na binti yake akapona mara moja (kif. 28).

Pia tunamwona Yesu akiwakemea wanafunzi wake kwa sababu ya imani yao haba katika Mathayo 17:14-20. Mtu mmoja alimleta mwanawe aliyekuwa anaugua kifafa kikali kwa wanafunzi wa Yesu, lakini hawakuweza kumponya. Baadaye, huyo mtu akamleta mwanawe kwa Yesu, na akatoa pepo kutoka kwa huyo mvulana na akamponya mara moja. Baada ya Yesu kumponya huyo mtoto, wanafunzi wake wakamjia na kumwuliza, "Mbona sisi hatukuweza kumtoa?" (kif. 19) Akawajibu, "Kwa sababu ya upungufu wa imani yenu" (kif. 20).

Zaidi ya hayo, Yesu alimkemea Petro katika Mathayo 14:22-33. Usiku mmoja, wanafunzi wake walikuwa kwenye mashua katikati ya mawimbi makali, na Yesu akawakaribia kwa kutembea juu ya maji. Walishtuka sana walipomwona mara ya kwanza akitembea juu ya maji, na wakalia kwa woga, "Ni kivuli!" (kif. 26) Mara Yesu alinena, akawaambia, Jipeni moyo ni mimi; msiogope" (kif. 27).

Petro akaingiwa na ujasiri akajibu, "Bwana, ikiwa ni wewe, niamuru nije kwako juu ya maji" (kif. 28). Kisha Yesu akasema, "Njoo," sawa na Petro alivyotaka kusikia. Petro akatoka nje ya chombo, akatembea juu ya maji, na akamfuata Yesu. Lakini alipoona upepo, Petro akaogopa na akaanza kuzama, akalia, "Bwana, niokoe!" (kif. 30) Yesu akanyoosha mkono mara moja akamshika Petro na kumkemea mwanafunzi wake: "Ewe mwenye imani haba, mbona uliona shaka?" (kif. 31) Petro alikemewa kwa imani yake haba wakati huo, lakini baada ya kumpokea Roho Mtakatifu na nguvu za Mungu, akafanya miujiza mingi katika jina la Bwana, na kwa imani yake kubwa akasulubiwa kichwa kikiangalia chini kwa ajili ya Bwana.

2. Kila Mmoja ana Kiasi tofauti cha Imani

Kuna mifano mingi katika Biblia inayoeleza kiasi cha imani. 1 Yohana 2 inaeleza kiasi cha imani kwa kukilinganisha na ukuaji wa mtu. Ezekieli 47:3-5 inaeleza kiasi cha imani kwa kukilinganisha na kina cha maji:

> Na alipotoka mtu yule, mwenye uzi wa kupimia mkononi mwake, kwenda mashariki, akapima dhiraa elfu, akanivusha maji yale; maji yakafika mpaka viweko vya miguu. Kisha akapima dhiraa elfu, akanivusha maji yale, maji yakafika mpaka magoti. Kisha akapima dhiraa elfu, akanivusha, maji yakafika mpaka viuno. Kisha akapima dhiraa elfu, yakawa mto nisioweza kuuvuka; maana maji yamezidi, maji ya kuogelea, mto usiovukika.

Kitabu cha Ezekieli ni kitabu kimoja chapo kati ya Vitabu Vitano Vikubwa vya Unabii katika Agano la Kale. Mungu alimfanya nabii Ezekieli anakili unabii wakati Ufalme wa Kusini wa Yuda ulipoharibiwa na Babeli na Wayahudi wengi wakachukuliwa kama mateka wa kivita. Kuanzia Ezekieli 40 na kwendelea hekalu aliloona Ezekieli katika maono linaelezewa.

Katika Ezekieli 47, nabii anaandika juu ya maono ambayo ndani yake aliona maji yakitiritika kutoka chini ya kizingiti cha hekalu kwenda upande wa mashariki. Maji yalikuwa yanateremka kutoka upande wa kusini wa hekalu, kusini kwa madhabahu. Kisha maji yakatiririka kupitia lango la kaskazini, na kutoka nje ya hekalu kuzunguka nje hadi lango la nje liangalialo mashariki.

Hapa kiroho, "maji" yanaashiria Neno la Mungu (Yohana 4:14), na ukweli kwamba maji yanapitia ndani ya hekalu na kulizunguka, na kisha kutoka nje ya hekalu inaonyesha kwamba Neno la Mungu halihubiriwi tu ndani ya hekalu bali pia kwa ulimwengu.

Ezekieli anamaanisha nini kwa "mtu akapima dhiraa elfu," kwenda mashariki na uzi wa kupimia mkononi mwake? Hii inamwonyesha Bwana akipima imani ya kila mtu na kumhukumu kulingana na kiasi cha imani cha kila mmoja siku ile ya hukumu.

"Mtu mwenye uzi wa kupimia mkononi mwake" inamwonyesha mtumishi wa Bwana, na "kuwa na uzi" maanake ni kwamba Bwana hupima imani ya kila mtu kwa usahihi bila kukosea. Ndio maana, kubadilika kwa kina cha maji ni sitiari ya kuonyesha viwango tofauti vya kiasi cha imani.

Kulingana na kina cha maji

"Maji ya viweko vya miguu" yanaonyesha imani ya watoto wachanga/watambaao wa kiroho, kiasi cha imani ambacho ni vigumu hata kukuwezesha kupokea wokovu. Wakati kiasi cha imani kinapolinganishwa na kimo cha mtu, kiwango hiki kina urefu sawa na kimo cha kiweko chake cha mguu. Yafuatayo, "maji ya magotini" yanaonyesha imani ya watoto, na "maji ya kiunoni" yanasimamia imani ya vijana. Mwisho, "maji ya kutosha kuogelea" yanaonyesha imani ya akina baba.

Kwa njia hii, siku ile ya hukumu imani ya kila mtu itapimwa na makao ya mbinguni ya kila mtu yataamuliwa na Bwana kulingana na kiasi mtu alivyoishi kulingana na Neno la Mungu katika maisha haya.

"Kupima dhiraa elfu" kunaonyesha moyo mkuu wa Mungu, usahihi wake bila kosa lolote, na vina vya moyo wake vinavyothamini kila kitu. Mungu hupima imani ya kila mtu si kwa mtazamo mmoja bali kutoka kwa kila pembe. Mungu huchunguza matendo yetu yote na katikati ya mioyo yetu kwa usahihi sana hata hakuna awezaye kuhisi kwamba ameshitakiwa kimakosa.

Kwa hiyo, Mungu huchunguza kila kitu kwa macho yake yawakayo, na kumfanya kila mtu avune kile apandacho na kumtuza kwa kile alichokifanya. Ndiyo maana Warumi 12:3 inasema, "Kwa maana kwa neema niliyopewa namwambia kila mtu aliyeko kwenu asinie makuu kupita ilivyompasa kunia; bali awe na nia ya kiasi, kama Mungu alivyomgawia kila mtu kiasi cha imani."

Kufikiri kwa hekima kulingana na kiasi cha imani yako

Kutembea katika maji ya viweko vya miguu ni tofauti sana na kutembea katika maji ya kiunoni. Unapokuwa katika maji ya viweko vya miguu, unaweza kuamua kutembea au kwenda mbio kwa sababu hapo huwezi kuogelea. Lakini, unapokuwa katika maji ya kiunoni, utapendelea kuogelea kuliko kutembea.

Vivyo hivyo, wale wenye imani ya watoto hufikiri kwa njia tofauti na wale wenye imani ya akina baba kama vile fikira za mtu zilivyo tofauti katika vina tofauti vya maji. Kwa hiyo, ni vyema uwaze kwa busara kulingana na kiasi cha imani yako.

Ibrahimu alimpokea Isaka kama mwana wa ahadi baada ya Mungu kutambua imani yake. Siku moja, Mungu alimwamuru Ibrahimu amtoe mwanawe wa pekee Isaka kama sadaka ya kuteketeza. Ibrahimu aliwaza nini juu ya amri hii ya Mungu? Hakufikiri kwa mfadhaiko, 'Kwa nini Mungu ananiamuru nimtoe Isaka kama sadaka ya kuteketeza hata ingawa alinipa Isaka kama mwana wa ahadi? Je, anavunja ahadi yake?'

Waebrania 11 inatukumbusha kwamba Ibrahimu aliwaza

kwa hekima juu ya amri hii ya Mungu: 'Hadanganyi, kwa hiyo atamfufua mwanangu kutoka kwa wafu.' Ibrahimu hakujifikiria kuwa juu sana kuliko alivyokuwa, bali alijifikiria kulingana na kiasi cha imani alichopewa na Mungu.

Ibrahimu hakulalamika wala kunung'unika, bali alimtii Mungu kwa moyo mnyenyekevu. Na kwa sababu hiyo, akathibitishwa na kupendelewa na Mungu zaidi, na akawa baba wa imani.

Ni lazima uelewe kwamba ni kupitia kwa majaribu makali na magumu ndipo Ibrahimu akatangazwa kwamba ana imani ya kiroho na akaongozwa kwenye njia ya baraka. Unaweza kupokea upendo na baraka za Mungu wakati unapopitia majaribu ya moto kwa kujifikiria kwa hekima kulingana na kiasi cha imani yako mwenyewe.

3. Kiasi cha Imani Kinajaribiwa kwa Moto

1 Wakorintho 3:12-15 inatwambia kwamba Mungu hujaribu imani ya kila mtu kwa moto na baadaye hupima kazi itakayobakia:

> Lakini kama mtu akijenga juu ya msingi huo, dhahabu au fedha au mawe ya thamani, au miti au majani au manyasi, kazi ya kila mtu itakuwa dhahiri. Maana siku ile itaidhihirisha, kwa

kuwa yafunuliwa katika moto; na ule moto wenyewe utaijaribu kazi ya kila mtu, ni ya namna gani. Kazi ya mtu aliyoijenga juu yake ikikaa, atapata thawabu. Kazi ya mtu ikiteketea, atapata hasara; ila yeye mwenyewe ataokolewa; lakini ni kama kwa moto.

"Msingi" hapa ni Yesu Kristo, na "kazi" inaashiria tuyafanyayo kwa bidii na kwa moyo wote. Kama mtu yeyote anamwamini Yesu Kristo, kazi yake itafunuliwa vile ilivyo "kwa sababu siku hiyo itaionyesha."

Kazi itaonyeshwa wakati gani?

Kwanza, kazi ya kila mtu itaonyeshwa wakati kazi yake itakuwa imeisha. Kama kazi yake hutolewa mwaka kwa mwaka, kazi yake itafunuliwa mwisho wa kila mwaka.

Pili, Mungu hujaribu kazi ya kila mtu wakati majaribu ya moto yamjiapo. Watu wengine huwa na amani bila kubadilika hata wanapopatwa na majaribu makali na magumu kama moto, lakini wengine hawawezi kuvumilia.

Mwishowe, Mungu hujaribu kazi ya kila mtu siku ile ya Hukumu ambayo itakuja baada ya Yesu Kristo Kuja Mara ya Pili. Atapima utakatifu wa kila mtu na ukamilifu wa imani na ampe makao ya mbinguni na thawabu kama ipasavyo.

Kazi hubaki baada ya kujaribiwa kwa moto

Tena, 1 Wakorintho 3:12-13 inatukumbusha, "Lakini kama mtu akijenga juu ya msingi huo, dhahabu au fedha au mawe ya thamani, au miti au majani au manyasi, kazi ya kila mtu itakuwa dhahiri. Maana siku ile itaidhihirisha, kwa kuwa yafunuliwa katika moto; na ule moto wenyewe utaijaribu kazi ya kila mtu, ni ya namna gani."

Mungu akijaribu kazi ya kila mtu na moto, ubora wa kazi ya kila mtu hugeuka kuwa imani ya dhahabu, fedha, mawe ya thamani, mbao, majani, na nyasi. Baada ya Mungu kujaribu watu wenye imani ya dhahabu, fedha, mawe ya thamani, mbao au majani wataokolewa, lakini watu wenye imani ya nyasi hawawezi kuokolewa kwa sababu wao wamekufa kiroho.

Kadhalika, watu wenye imani ya dhahabu, fedha au mawe ya thamani wanaweza kushinda majaribu ya moto kama vile dhahabu, fedha au mawe ya thamani ambayo hayachomeki na moto, lakini watu wenye imani ya mbao na majani si rahisi kushinda majaribu hayo makali ya moto.

Hulka ya dhahabu, fedha, na vito vya thamani

Dhahabu ni elementi ya chuma ya manjano inayoweza kunyumbuka na kufulika na inatumiwa hasa kwa kupiga chapa sarafu, vito, vyombo, au kazi za kifundi. Imechukuliwa kama kito kilicho na thamani zaidi kwa muda mrefu. Mng'aro wake mzuri haubadiliki hata baada ya muda mrefu kwa sababu hakuna mjibizo wowote wa kikemikali kati ya dhahabu na vitu vingine.

Kwa hiyo, dhahabu imechukuliwa kuwa kito cha thamani zaidi kwa sababu haibadiliki, inaweza kutumiwa kwa malengo mbalimbali, na inakunjika kirahisi kuweza kutengenezwa katika kila umbo.

Fedha inatumika kwingi sana kwa kutengeneza sarafu na vyombo na malengo ya viwandani kwa sababu ndiyo inayofuata kwa ubora katika kufulika na kunyumbuka, na kupitisha moto vizuri sana. Fedha ni nyepesi kuliko dhahabu, na uzuri na mng'ao wake haufikii ule wa dhahabu.

Mawe ya thamani kama almasi, johari, au zumaridi hutoa rangi na mng'aro wa kupendeza sana, lakini hayawezi kutumiwa kwa malengo mengi. Pia yakivunjwa au kukwaruzwa hupoteza thamani yake.

Kwa hivyo, Mungu hupima imani ya kila mtu kama imani ya dhahabu, fedha, mawe ya thamani, mbao, majani, nyasi kulingana na kazi inayobaki baada ya majaribu ya moto na huichukulia imani ya dhahabu kuwa ya thamani zaidi ya zote.

Pata imani ya dhahabu

Kwa upande mmoja, watu wenye imani kama dhahabu hawatikisiki hata wakabiliwapo na majaribu ya moto. Imani ya fedha haina nguvu sana kama ile ya dhahabu lakini iko juu ya ile ya mawe ya thamani ambayo ni dhaifu kwenye moto. Kwa upande mwingine, watu wenye imani ya mbao au majani, ambao kazi yao huchomwa kwa majaribu ya moto ya Mungu, ni vigumu kupokea wokovu tena bila thawabu yoyote. Mungu humtuza kila mtu kulingana na matendo yake kwa sababu ni mwenye haki na mwadilifu. Kwa hiyo, anakubali watu wenye imani isiyobadilika kama vile dhahabu isivyoweza kubadilika kamwe, na huwatuza kule Mbinguni na pia katika dunia hii.

Mtume Paulo, aliyejitoa kama mtume wa Mataifa, alihubiri injili kwa moyo usiobadilika na akapiga mbio za imani hadi mwisho hata ingawa alikabiliwa na majaribu mengi na ugumu kuanzia wakati alipokutana na Bwana mara ya kwanza.

Matendo 16:25 inatwambia yafuatayo: "Lakini panapo usiku wa manane Paulo na Sila walikuwa wakimwomba Mungu na kumwimbia nyimbo za kumsifu, na wafungwa wengine walikuwa wakiwasikiliza." Kwa sababu ya kuhubiri injili, Paulo na Sila walikuwa wamepigwa mijeledi kinyama na wakatiwa gerezani huku miguu yao ikiwa imefungwa kwenye magogo, lakini wakamwimbia sifa Mungu katika maombi bila kulalamika.

Kwa njia hii, Paulo hakumkana Bwana kamwe hadi kifo chake, wala hakutamka hata neno moja la malalamiko. Siku zote alikuwa na furaha na shukrani pamoja na moyo uliojaa tumaini la kuingia mbinguni. Alikuwa mwaminifu katika kazi ya Bwana hadi kufikia mahali pa kutoa uhai wake mwenyewe.

Ukiwa na imani ya dhahabu ya mtume Paulo, pia utakaa katika mahali pazuri panapong'aa kama jua kule Mbinguni, na utapokea upendo mkuu wa Mungu kwa sababu ya kazi yako ambayo haiwezi kuchomeka na kuwa jivu.

Imani ya mbao na nyasi

Watu wenye imani ya fedha hutimiza majukumu yao kama ipasavyo, hata ingawa imani yao haifikii imani ile ya dhahabu. Basi imani ya mawe ya thamani inafananishwa na nini?

Watu wenye imani ya mawe ya thamani husema, "Nitakuwa mwaminifu kwa Bwana! Nitahubiri injili kwa moyo wangu wote," baada ya kuponywa magonjwa yao au kujazwa Roho Mtakatifu. Maombi yao yanapojibiwa, husema, "Kuanzia sasa na kwendelea, nitamwishia Mungu peke yake." Nje wanaonekana wana imani ya dhahabu, lakini katika majaribu ya moto hukwaa na kupotea njia kwa sababu hawana imani ya dhahabu. Wanaonekana wana imani kubwa wanapojazwa na Roho Mtakatifu, lakini huacha njia ya imani na mwishowe mioyo yao huvunjika vipande vipande kama ambao walikuwa hawana imani kabisa.

Kwa maneno mengine, imani ya mawe ya thamani hupendeza sana kwa muda tu. Hata hivyo, kazi ya imani ya mawe ya thamani hubakia baada ya majaribu ya moto, kama vile umbo la vito au mawe ya thamani libakivyo katika moto. Kazi ya imani ya mbao na majani, hata hivyo, baada ya majaribu ya moto huchomwa kabisa bila kubakia. Tena, 1 Wakorintho 3:14-15 inatwambia, "Kazi ya mtu aliyoijenga juu yake ikikaa, atapata thawabu. Kazi ya mtu ikiteketea, atapata hasara; ila yeye mwenyewe ataokolewa; lakini ni kama kwa moto."

Ni kweli kwamba watu wenye imani ya dhahabu, fedha na mawe ya thamani huokolewa na kutuzwa kule Mbinguni kwa sababu kazi ya imani yao hubakia baada ya majaribu ya moto ya Mungu. Lakini kazi ya wale wenye imani ya mbao au majani huchomwa kabisa na kuwa jivu kupitia majaribu ya moto, na watu kama hao huokolewa kwa ugumu sana lakini hawawezi kupokea zawadi yoyote kule Mbinguni.

Mungu hukubali imani yako kwa furaha na kukupa zawadi nyingi kwa furaha unapomtafuta kwa bidii.. Waebrania 11:6 inatwambia, "Lakini pasipo imani haiwezekani kumpendeza; kwa maana mtu amwendeaye Mungu lazima aamini kwamba yeye yuko, na kwamba huwapa thawabu wale wamtafutao."

Yeye hupima imani ya kila mtu kupitia kwa majaribu ya moto. Mungu pia hutoa baraka hapa duniani na zawadi kule Mbinguni kwa mtu yeyote mwenye imani isiyobadilika kama dhahabu.

Kwa hivyo, ni lazima ufahamu kwamba kuna majibu na

baraka mbalimbali kutoka kwa Mungu na pia kuna makao na taji tofauti tofauti kule Mbinguni kulingana na kiasi cha imani cha mtu.

Nakuombea kwamba ung'ang'ane upate imani ya dhahabu inayompendeza Mungu ili uweze kufurahia baraka zake katika njia zako zote katika dunia hii na ukae mahali pazuri mang'aapo kama jua kule Mbinguni, katika jina la Bwana wetu ninaomba!

Sura ya 4

Imani ya Kupokea Wokovu

KIASI CHA IMANI

"Petro akawaambia,
Tubuni mkabatizwe
kila mmoja kwa jina lake Yesu Kristoo,
mpate ondoleo la dhambi zenu,
nanyi mtapokea kipawa cha Roho Mtakatifu.
Kwa kuwa ahadi hii ni kwa ajili yenu, na kwa watoto wenu,
na kwa watu wote walio mbali,
na kwa wote watakaoitwa na Bwana Mungu wetu wamjie.'"
(Matendo 2:38-39)

Katika Sura iliyopita, nimechunguza kwamba Mungu hukubali imani ya kiroho iambatanayo na matendo. Kwamba kila mtu ana kiasi tofauti cha imani ya kiroho, na kwamba hukomaa kulingana na utiifu wa kila mtu kwa Neno la Mungu. Kiasi cha imani kitapangwa katika viwango vitano – imani ya dhahabu, fedha, mawe ya thamani, mbao, na majani. Kama vile upandavyo ngazi hatua moja baada ya nyingine, imani yako hukomaa, kutoka majani hadi dhahabu, unaposikiliza Neno la Mungu na kulitii.

Kwa maana unaweza kuingia Mbinguni kwa imani peke yake, ili uweze kushikilia ufalme wa mbinguni kwa nguvu, ni lazima uongeze imani yako hatua kwa hatua. Kadhalika, jinsi unavyozidi kupata imani ya dhahabu, ndivyo utakavyorejesha upya sura ya Mungu iliyopotea. Utapendelewa na kuthibitishwa na yeye, na mwishowe utafika Yerusalemu Mpya ambamo kiti cha enzi cha Mungu kimekaa. Licha ya hayo, ukiwa na imani ya dhahabu, Mungu hupendezwa nawe, hutembea nawe, hujibu shauku ya moyo wako, na kukubariki ili ufanye ishara za miujiza.

Kwa hivyo, ninatumai utapima imani yako na ujaribu kupata imani kamilifu zaidi.

1. Kiwango cha Kwanza cha Imani

Kabila kumpokea Yesu Kristo, tulikuwa watoto wa ibilisi na tulikuwa hatuna budi kuanguka Jehanamu kwa sababu ya maisha yetu katika dhambi. Juu ya hili 1 Yohana 3:8 inasema, "Atendaye dhambi ni wa Ibilisi; kwa kuwa Ibilisi hutenda dhambi tangu mwanzo. Kwa kusudi hili Mwana wa Mungu alidhihirishwa, ili azivunje kazi za Ibilisi." Hata uonekane mzuri na usiye lawama namna gani, utajikuta unaishi kwenye giza kwa sababu uovu wako uliojificha ndani yako utafunuliwa wakati nuru ya ukweli kamilifu wa Mungu utakapokuangazia.

Wakati mmoja nilifikiri kwamba nilikuwa mtu mzuri sana na wa kuheshimika hata ningeweza kuishi bila sheria. Lakini nilipomkubali Bwana na kujiangalia katika kioo cha Neno la kweli, niliona jinsi nilivyokuwa mtu mwovu. Jinsi nilivyofanya mambo, yale niliyosema au kusikia, na yale niliyofikiri yalikuwa kinyume na Neno lake.

Mungu alimpongeza Ayubu katika Ayubu 1:8, na kusema, "Kwa kuwa hapana mmoja aliye kama yeye duniani, mtu mkamilifu na mwelekevu, mwenye kumcha Mungu na kuepukana na uovu." Lakini, huyo huyo Ayubu aliyechukuliwa kuwa mtu mkamilifu na mwelekevu, alitamka maneno ya kuomboleza, kulalamika, au kuguna alipokuwa akiumia kutokana na majaribu makali.

Aliungama, "Hata leo mashitaka yangu yana uchungu;Pigo langu ni zito zaidi ya kuugua kwangu" (Ayubu 23:2), na "Kama aishivyo Mungu, aliyeniondolea haki yangu; Huyo Mwenyezi aliyeitesa nafsi yangu" (Ayubu 27:2).

Ayubu alifunua uovu wake na ubaya wake katika majaribu ya kumtishia maisha, hata ingawa alikuwa amepongezwa kama "mkamilifu na mwelekevu." Ni nani basi anayeweza kudai kwamba yeye hana dhambi machoni pa Mungu, ambaye yeye mwenyewe ndiye mwangaza/nuru na ndani yake hamna giza lolote? Katika macho ya Mungu, mabaki yote ya dhambi moyoni mwako kama vile chuki au husuda na pia matendo ya dhambi kama vile kupiga mtu, ugomvi, au kuiba yote ni dhambi. Juu ya haya Mungu anatwambia waziwazi katika 1 Yohana 1:8, "Tukisema kwamba hatuna dhambi, twajidanganya wenyewe, wala kweli haimo mwetu."

Kumkubali Yesu Kristo

Mungu wa upendo alimtuma Mwanawe wa pekee Yesu duniani atukomboe kutoka kwa dhambi zetu. Kwa ajili yetu Yesu alisulubishwa na akamwaga damu yake ya thamani isiyo mawaa wala kasoro. Alihukumiwa kwa ajili ya dhambi zetu. Lakini siku ya tatu, baada ya kuvunja nguvu za kifo akafufuka kutoka kwa wafu. Siku arobaini baada ya kufufuka kwake, Yesu alipaa mbinguni wanafunzi wake wakiangalia, na akaahidi kurudi tena na kutuchukua na kutupeleka mbinguni (Matendo 1).

Sasa, utampokea Roho Mtakatifu kama kipawa na upigwe muhuri kama mtoto wa Mungu unapoamini njia ya wokovu na kumkubali Yesu Kristo kama Mwokozi wako aingie moyoni mwako. Kisha, pia upokee haki ya kuwa mtoto wa Mungu, kama ilivyoahidiwa katika Yohana 1:12: "Bali wote waliompokea aliwapa uwezo wa kufanyika watoto wa Mungu, ndio wale waliaminio jina lake."

Haki ya kuwa mwana wa Mungu

Tuseme mtoto amezaliwa. Wazazi wake hupiga ripoti ya kuzaliwa kwake manuspaa ya jiji au mji na wasajili jina lake kama mtoto wao. Kwa njia hiyo hiyo, kama umezaliwa mara ya pili kama mtoto wa Mungu, jina lako linasajiliwa katika Kitabu cha Uzima kule Mbinguni na unapewa uraia wa mbinguni.

Ndiyo sababu, unapokuwa katika Kiwango cha kwanza cha imani, unakuwa mtoto wa Mungu kwa kumkubali Yesu Kristo na kusamehewa dhambi zako (1 Yohana 2:12), na kumwita Mungu "Baba" (Wagalatia 4:6). Pia unafurahia ukweli kwamba ulimpokea Roho Mtakatifu ingawa hulijui Neno la Mungu wa ukweli, na kwa kuona mazingira, unaweza kuhisi uwepo wa Mungu.

Kwa hiyo, kiwango cha imani kinaitwa "imani ya kupokea wokovu"au "imani ya kumpokea Roho Mtakatifu," na ni sawa na imani ya watoto wachanga/watambaao au majani kama ilivyoelezewa awali.

2. Je, Ulimpokea Roho Mtakatifu?

Katika Matendo 19:1-2, Paulo, mtume kwa ajili ya Mataifa, aliyejitoa mwenyewe kuhubiri injili, alikutana na wanafunzi fulani kule Efeso na akawauliza, "Je! Mlipokea Roho Mtakatifu mlipoamini?" "Wakamjibu, La, hata kusikia kwamba kuna Roho Mtakatifu hatukusikia." Walipokea ubatizo wa maji kwa ajili ya kutubu aliotoa Yohana Mbatizaji, lakini sio ubatizo wa Roho

Mtakatifu kama kipawa cha Mungu. Kama Mungu alivyoahidi katika Yoeli 2:28 na Matendo 2:17 kwamba siku za mwisho angewamwagia watu wote Roho wake, ahadi hiyo ilitimizwa, na wale watu waliopokea Roho wa Mungu, yaani Roho Mtakatifu, walianzisha kanisa. Hata hivyo, kama wanafunzi wa Efeso, kuna watu wengi wanaosema kwamba wanamwamini Mungu lakini wanaishi bila kujua Roho Mtakatifu ni nani na ubatizo wake ni nini. Kama ulipokea haki kama mtoto wa Mungu kwa kumkubali Yesu Kristo, Mungu anakupatia Roho Mtakatifu kama kipawa ili kuhakikisha haki hiyo. Kwa hivyo, kama humjui Roho Mtakatifu, huwezi kuitwa au kuchukuliwa kuwa mtoto wa Mungu. 2 Wakorintho 1:21-22 inasema, "Basi Yeye atufanyaye imara pamoja nanyi katika Kristo, na kututia mafuta, ni Mungu, naye ndiye aliyetutia muhuri akatupa arabuni ya Roho mioyoni mwetu."

Kumpokea Roho Mtakatifu

Matendo 2:38-39 inaeleza kwa kina jinsi tunavyoweza kupokea Roho Mtakatifu: "Petro akawaambia, Tubuni mkabatizwe kila mmoja kwa jina lake Yesu Kristoo, mpate ondoleo la dhambi zenu, nanyi mtapokea kipawa cha Roho Mtakatifu. 39 Kwa kuwa ahadi hii ni kwa ajili yenu, na kwa watoto wenu, na kwa watu wote walio mbali, na kwa wote watakaoitwa na Bwana Mungu wetu wamjie."

Mtu yeyote husamehewa dhambi zake na kupokea karama ya Roho Mtakatifu akiungama dhambi zake, akitubu kwa unyenyekevu, na kuamini kwamba Yesu ni Mwokozi wake.

Kwa mfano, katika Matendo 10 kuna mtu wa Mataifa aitwaye Kornelio kule Kaisaria. Siku moja, mtume Petro alitembelea nyumba yake na akahubiri injili ya Yesu Kristo kwake yeye na familia yake yote. Wakati Petro alipokuwa akihubiri, Roho Mtakatifu aliwashukia na wakaanza kusema kwa lugha.

Watu wapokeao Roho Mtakatifu kwa kumkubali Yesu Kristo kama Mwokozi wao wako katika kiwango cha kwanza cha imani. Lakini, wanaokolewa kwa ugumu kwa sababu bado hawajaacha dhambi zao kwa kupambana nazo, hawatimizi kazi walizopewa na Mungu, wala kumpa Baba utukufu.

Mhalifu aliyeangikwa msalabani upande mmoja wa Yesu alimkubali kama Mwokozi wake, na kiasi cha imani yake pia kiko katika kiwango cha kwanza cha imani.

3. Imani ya Mhalifu Aliyetubu

Luka 23 inatwambia kwamba wahalifu wawili waliangikwa misalabani mwao mmoja upande huu na mwingine upande ule wa Yesu. Huku mmoja wao akimdhihaki Yesu, yule mwingine alimkemea mwenzake na kumkubali Yesu kama Mwokozi wake kwa kutubu dhambi zake. Akasema, "Ee Yesu, nikumbuke utakapoingia katika ufalme wako," (kif. 42) na Yesu akamjibu, "Amin, nakuambia, leo hivi utakuwa pamoja nami peponi" (kif. 43).

"Paradiso" ambayo Yesu alimwahidi yule mhalifu iko katika

vitongoji vya mbinguni. Huko, watu wa kiwango cha kwanza cha imani wataingia na kukaa huko milele. Roho zilizookolewa kule Paradiso hazipewi thawabu yoyote ile. Mhalifu huyu aliyeokolewa aliungama dhambi zake kufuatana na dhamiri yake njema na alisamehewa kwa kumkubali Yesu Kristo kama Mwokozi wake.

Hata hivyo, hakumfanyia Bwana chochote katika maisha yake hapa duniani. Hiyo ndiyo sababu alipokea ahadi ya Paradiso mahali pasipo na thawabu yoyote. Kama watu hawatakuza imani zao ndogo kama punje ya haradali hata baada ya kumpokea Roho Mtakatifu kwa kumkubali Yesu Kristo, wataokolewa kwa ugumu na waishi milele kule Paradiso bila zawadi yoyote.

Hata hivyo, usifikirie kwamba waamini wapya peke yao au watu waanzao kuamini wako katika kiwango cha kwanza cha imani. Hata kama umekuwa ukiishi maisha ya Kikristo kwa muda mrefu na kutumika kama mzee au shemasi, utapata wokovu wa aibu kazi yako inapochomwa kabisa na kuwa jivu katika majaribio ya moto.

Kwa hivyo, ni lazima uombe na ujitahidi kuishi kwa Neno la Mungu baada ya kupokea Roho Mtakatifu. Kama hutaishi kwa Neno lakini badala yake uendelee kutenda dhambi, jina lako litafutwa kutoka katika Kitabu cha Uzima kule Mbinguni nawe hutaingia mbinguni.

4. Msimhuzunishe Roho Mtakatifu

Kuna watu wengine ambao wakati mmoja walikuwa waaminifu lakini wamekuwa vuguvugu pole pole katika imani yao kwa sababu mbalimbali, na wanapokea wokovu kwa ugumu. Mtu ambaye alikuwa mzee kanisani kwangu alitumika kwa uaminifu katika mambo mengi ya kanisa, kwa hiyo imani yake ilionekana kubwa nje. Lakini siku moja akawa mgonjwa kwa ghafula. Hangeweza hata kusema na akaja kupokea maombi yangu. Badala ya kumwombea apone, nikaombea wokovu wake. Wakati huo, roho yake ilikuwa inateseka sana kutokana na hofu ya mapambano kati ya malaika waliokuwa wakijaribu kumpeleka mbinguni, na pepo wachafu waliokuwa wakijaribu kumpeleka jehanamu. Kama angekuwa amekuwa na imani ya kutosha kuokolewa, pepo wachafu hata hawangekuwa wamekuja kumchukua. Niliomba mara moja kuwafukuza hao pepo wachafu, na nikamwomba Mungu kwamba ampokee huyu mtu. Baada ya maombi tu, akapata faraja na akatoa machozi. Alitubu kabla tu ya kufa na akaokolewa kwa ugumu.

Mtu huyo wakati mmoja alikuwa amepata afya baada ya kupokea maombi yangu hapo awali na hata mke wake alifufuka kutoka kwa mlango wa kifo kupitia kwa maombi yangu. Kwa kusikiliza Neno la uzima, familia yake iliyokuwa na matatizo mengi ikawa familia yenye furaha. Tangu wakati huo akakomaa na kuwa mfanya kazi mwaminifu wa Mungu kupitia kwa jitihada zake na akawa mwaminifu katika kazi yake.

Hata hivyo, wakati kanisa lilipokabiliwa na majaribu, hakujaribu kulitetea au kulikinga badala yake akaruhusu fikira zake zitawalwe na Shetani. Maneno yaliyotoka kinywani mwake yalijenga ukuta mkubwa wa dhambi kati yake na Mungu. Mwishowe, hangeweza tena kuwekwa chini ya ulinzi wa Mungu na akapigwa na ugonjwa mbaya.

Kama mfanya kazi wa Mungu, hakuwa anapaswa kuona au kusikiliza chochote kilichokuwa kinyume na ukweli na mapenzi ya Mungu, lakini badala yake alipenda kusikiliza mambo hayo na kuyasambaza. Mungu aliweza tu kugeuza uso wake kutoka kwa mtu huyo kwa sababu alikuwa ameacha neema kuu ya Mungu aliyekuwa amemponya ugonjwa mbaya. Zawadi zake zikaanguka chini na hakuweza kupata nguvu ya kuomba. Imani yake ikarudi nyuma na mwishowe akafikia mahali ambapo hakuweza hata kuwa na uhakika wa wokovu.

Kwa bahati nzuri, kwa sababu Mungu alikumbuka huduma zake za awali kwa kanisa, mtu huyo aliweza kupokea angalau huo wokovu wa aibu baada ya Mungu kumpatia neema ya kutubu yale aliyokuwa ameyafanya.

Kwa hivyo, ni lazima utambue kwamba kwa Mungu, mtazamo wa vilindi vya moyo wako kumwelekea yeye na kutenda kulingana na mapenzi yake ni muhimu zaidi kuliko miaka ya imani yako. Ukiwa unaenda kanisani kila mara lakini ujenge ukuta wa dhambi kwa kutotii Neno la Mungu, Roho Mtakatifu ndani yako atoke, unapoteza imani iliyo ndogo kama punje ya haradali (1 Wathesalonike 5:19), na hutapokea wokovu. Katika Waebrania 10:38 Mungu anasema, "Lakini mwenye haki wangu ataishi kwa imani; Naye akisita-sita, roho yangu haina furaha naye." Utakuwa mtu wa kuhurumiwa sana kama utakuwa katika imani yako kwa miaka halafu urudi ulimwenguni! Ni lazima uwe macho wakati wote usije ukajaribiwa au imani yako kurudi nyuma.

5. Je, Adamu Aliokolewa?

Watu wengi wanajiuliza ni nini kilichompata Adamu na Hawa baada ya kula tunda la mti wa ujuzi wa mema na mabaya. Je, wangeweza kuokolewa hata baada ya kulaaniwa na kufukuzwa kutoka Bustani ya Edeni kwa sababu ya kutotii kwao?

Natuingie ndani ya utaratibu ule ambao wakati wake ndio mtu wa kwanza Adamu alikosa kutii amri ya Mungu. Baada ya Mungu kuumba mbingu na nchi, alimuumba mtu kutokana na mavumbi ya ardhini kwa mfano wake na kwa mfanano wake. Alipompulizia pumzi za uzima ndani ya mtu, mtu huyo akawa kiumbe kinachoishi. Kisha, akapanda Bustani ya Edeni mashariki ya Edeni kando ya nchi na akampeleka huko.

Katika Bustani ya Edeni mahali ambapo kila kitu kilikuwa kizuri zaidi na kingi kuliko mahali pengine popote duniani, Adamu alikuwa hana uhitaji na alifurahia baraka za uzima wa milele na haki ya kusimamia kila kitu. Zaidi ya hayo, Mungu akampa msaidizi na akawabariki wazaane na waendelee na kujaza nchi. Kwa hiyo Mungu akambariki mtu wa kwanza Adamu ili aishi katika mazingira bora zaidi bila mahitaji yoyote.

Lakini kulikuwa na kitu kimoja ambacho Mungu alikuwa amekikataza. Alisema, "Walakini matunda ya mti wa ujuzi wa mema na mabaya usile, kwa maana siku utakapokula matunda ya mti huo utakufa hakika" (Mwanzo 2:17). Hii inaonyesha alama ya ukuu kamilifu wa Mungu na inaonyesha kwamba alikuwa ameweka mpango kati yake na mwanadamu.

Baada ya muda mrefu kupita, Adamu na Hawa wakapuuza amri ya Mungu na wakala tunda la mti kwa kupitia majaribu ya nyoka. Wakafanya dhambi na roho zao zikafa kama matokeo ya dhambi zao, na hatimaye wakawa watu wa mambo ya kimwili na dhambi.

Ililazimu wafukuzwe kutoka Bustani ya Edeni na waishi juu ya nchi katikati ya kila aina ya mateso kama vile magonjwa, machozi, huzuni, na uchungu, na wakafa wakati pumzi yao ya uhai ilipokwisha, kama Mungu alivyokuwa amesema, "Utakufa hakika."

Je, Adamu na Hawa walipokea wokovu na wakaenda mbinguni? Walikosa kutii amri ya Mungu na wakamfanyia dhambi. Kwa ajili ya hili watu wengi hubisha, "Hawakuokolewa kwa sababu walifanya dhambi na kusababisha vitu vyote vilaaniwe na uzao wao wote uishi katika mateso." Lakini Mungu wa upendo alifungua njia ya wokovu kwa ajili yao pia. Mioyo yao ikabaki kuwa misafi na mipole kwa Mungu hata baada ya wao kutenda dhambi, kinyume kabisa na watu wa siku hizi ambao mioyo yao imechafuliwa na kila aina ya dhambi na uovu katika ulimwengu huu mbaya.

Kwa sababu ya dhambi yao, Adamu alilazimika kufanya kazi kwa jasho la uso wake, tofauti sana na wakati ule alipokuwa anaishi katika Bustani ya Edeni. Hawa naye alilazimika kuteseka kwa uchungu mwingi zaidi katika kuzaa watoto kuliko vile alivyoteseka katika Bustani ya Edeni. Wote wawili pia walishuhudia mmoja kati ya wana wao akimwua mwenzake.

Kupitia kwa mateso hayo na mambo mengine waliyoyaona, Adamu na Hawa walianza kutambua jinsi baraka na wingi waliofurahia katika Bustani ya Edeni ulivyokuwa wa thamani. Walitamani wakati walipokuwa wakiishi katika upendo na ulinzi wa Mungu. Wakatambua mioyoni mwao kwamba kila kitu walichofurahia katika Bustani ya Edeni kilikuwa baraka na upendo wa Mungu, na wakatubu kabisa juu ya kitendo chao cha kutotii amri ya Mungu.

Haingewezekana kwamba Mungu wa upendo, anayesamehe hata wauaji wanapotubu kutoka vilindi vya mioyo yao, asipokee toba yao. Kama ukweli ulivyo wao waliumbwa na mikono ya Mungu mwenyewe na wakaleewa katika neema na utunzaji wa Mungu kwa muda mrefu. Mungu hangeweza kuwafukuza na kuwatia Jehanamu.

Mungua alikubali toba ya Adamu na Hawa na akawapeleka katika njia ya wokovu katika upendo wake. Kwa kweli waliokolewa kwa ugumu na wakaingia Paradiso. Hii ni kwa sababu waliacha upendo wa Mungu ingawa yeye aliwapenda sana. Kutotii kwao hakukuwa jambo dogo kwa kuwa kulileta uchungu mwingi sana katika moyo wa Mungu na kukaleta kifo na uchungu kwa vizazi vingi vilivyokuja baada yake.

Tuseme kuna mtoto mchanga ambaye muda mrefu umepita lakini hakui. Huyo mtoto akikua vizuri, babake na mamake watafurahi. Lakini kama mtoto anakula vizuri sana lakini hakui, wazazi wake watazidi kuwa na wasiwasi na hofu kila siku.

Vivyo hivyo, mara unapompokea Roho Mtakatifu na upate imani ambayo ni ndogo kama punje ya haradali, ni lazima ung'ang'ane kuboresha imani yako kwa kujifunza na kutii Neno la Mungu. Ni wakati huo peke yake ndipo utakapoweza kupokea kila utakachokiomba katika jina la Bwana, mpe utukufu Mungu, na ushike njia ya ufalme wa mbinguni.

Naombe usitosheke na ukweli wa kuwa umeokolewa na ukapokea Roho Mtakatifu, bali ng'ang'ana upande kiasi cha juu zaidi cha imani na ufurahie haki na baraka za watoto wapendwa wa Mungu katika jina la Bwana Wetu ninaomba!

Sura ya 5

Imani ya Kujaribu Kuishi kwa Neno

*"Basi nimeona sheria hii, ya kuwa
kwangu mimi nitakaye kutenda lililo jema, lipo lililo baya.
Kwa maana naifurahia sheria ya Mungu
kwa utu wa ndani,
lakini katika viungo vyangu naona sheria iliyo mbali,
inapiga vita na ile sheria ya akili zangu,
na kunifanya mateka ya ile sheria ya dhambi
iliyo katika viungo vyangu.
Ole wangu, maskini mimi!
Ni nani atakayeniokoa na mwili huu wa mauti?
Namshukuru Mungu, kwa Yesu Kristoo Bwana wetu.
Basi, kama ni hivyo,
mimi mwenyewe kwa akili zangu naitumikia sheria ya Mungu, bali
kwa mwili wangu sheria ya dhambi."*
(Warumi 7:21-25)

Unapokuwa unaanza kuishi maisha yako ya kuwa ndani ya Kristo na kumpokea Roho Mtakatifu, unakuwa na ari na moto katika maisha yako ndani ya imani na unajazwa na furaha ya wokovu. Unajitahidi kutii Neno la Mungu ukimjua Mungu na Mbingu. Roho Mtakatifu hukusaidia kuelewa ukweli na kufuata njia ya ukweli. Ukikosa kutii Neno la Mungu, unasikia huzuni kwa sababu Roho Mtakatifu ndani yako anaugua na hatimaye unapata kutambua dhambi ni nini.

Kwa njia hii, ingawa mara ya kwanza una imani inayokuwezesha kuokolewa kwa ugumu, unajitahidi kuishi kwa Neno la Mungu imani yako inapokuwa inakomaa. Natuangalie kwa kina jinsi unavyoishi maisha yako katika imani katika daraja hili.

1. Kiwango cha Pili cha Imani

Unapookolewa kwa kumwamini Yesu Kristo na uko katika kiwango cha kwanza cha imani, unaweza kufanya dhambi bila kujua kwa sababu una ujuzi mchache wa Neno la Mungu. Ni sawa sawa na mtoto mchanga ambaye hasikii aibu hata kama yuko uchi.

Lakini, ukisikiliza Neno la Mungu na kiroho uhisi kwamba kuna uhai katika Neno, utataka kusikiliza neno kwa hamu na kumuomba Mungu. Unapowaona wafanya kazi wa kanisa waaminifu, pia na wewe unatamani kuishi maisha ya uaminifu katika Kristo.

Hatua kwa hatua, na pole pole, unaacha njia za maisha za

ulimwengu, unaenda kanisani, na kujitahidi kusikiliza Neno la Mungu. Awali ulikuwa ukifurahia kujihusisha na marafiki wasiomjua Mungu lakini sasa unataka kufuata mafundisho na shirika za kiroho kwa sababu moyo wako unamtafuta Roho.

Katika Kiwango cha Pili cha Imani, unajifunza jinsi ya kuishi maisha mazuri ya Kikristo kama mtoto wa Mungu kupitia kwa ujumbe wa mhubiri na shuhuda za ndugu na dada katika Kristo.

Kawaida, unajifunza jinsi ya kuishi kama Mkristo. Unaifanya Siku ya Bwana kuwa takatifu na kuleta fungu la kumi lote katika nyumba ya Mungu. Unajifunza kwamba unapaswa kuwa na furaha siku zote, kuomba bila kukoma, na kushukuru kila wakati. Unajifunza kupenda jirani zako kama mwili wako, na kupenda hata adui zako. Pia, unaambiwa kwamba hupaswi tu kuacha kila aina ya uovu kama vile chuki, husuda, kuhukumu, au uzushi, lakini pia kufanana na moyo wa Bwana. Kufikia hapa, unaamua kuishi kwa Neno.

2. Kiwango Kigumu Zaidi cha Maisha ya Imani

Kwa njia hii, unafanya kila jitihada kutii Neno kwa sababu unajua ukweli. Wakati huohuo, hata hivyo, unasikia umelemewa kwa sababu sio rahisi kuishi kwa Neno siku zote. Matendo yako yanaonekana kugongana na mapenzi yako.

Katika visa vingi huwezi kuishi kwa Neno kwa sababu nguvu ya kiroho ya kutosha kufuata Neno la Mungu bado hujapewa. Watu wengine wanaweza kushusha pumzi na kulalamika, wakisema, "Afadhali nisingejua kanisa."

Hebu ni fafanue hili kwa mfano. Unataka kuikumbuka siku ya Bwana na kuitakasa kila Jumapili, lakini wakati mwingine unaweza kushindwa kuitakasa kwa sababu ya mikutano ya au miadi ya kijamii. Wakati mwingine unahudhuria ibaada za Jumapili asubuhi lakini za jioni unakosekana. Wakati mwingine unaenda kwenye harusi ya rafiki yako au jamaa yako bila kuhudhuria ibada ya Jumapili.

Pia unajua kwamba unapaswa kumtolea Mungu fungu la kumi lote lakini wakati mwingine hutii amri hiyo. Wakati mwingine, unajipata umejaa chuki dhidi ya watu wengine ingawa unajaribu kuwapenda. Tamaa inazuka wakati unapomwona mshirika wa kuvutia wa jinsia nyingine kwa sababu kipengele hicho cha dhambi na uovu bado kiko moyoni mwako (Mathayo 5:28).

Vivyo hivyo, kama uko katika kiwango cha pili cha imani, unajaribu uwezavyo kutii Neno la Mungu, hata ingawa nguvu ya kulitii kikamilifu bado hujaipewa. Hata hivyo unafanya jitihada zote kuacha dhambi zako, kama vile kuhukumu wengine, husuda, wivu, uzinzi, na mambo kama hayo, ambayo yote yako kinyume na Neno.

Kutotii Neno siku zote

Katika Warumi 7:21-23, mtume Paulo anajadili kwa kina kwa nini Kiwango cha Pili cha Imani ni kiwango kigumu zaidi katika maisha ya imani:

Basi nimeona sheria hii, ya kuwa kwangu mimi nitakaye kutenda lililo jema, lipo lililo baya. Kwa maana naifurahia sheria ya Mungu kwa utu wa ndani, lakini katika viungo vyangu naona sheria iliyo mbali, inapiga vita na ile sheria ya akili zangu, na kunifanya mateka ya ile sheria ya dhambi iliyo katika viungo vyangu.

Kuna Wakristo wengine ambao husikia uchungu kwa sababu wanajua Neno lakini bado hawatii amri za Mungu. Ni jukumu la viongozi wa kiroho kuwaongoza kwa busara ili wafikie njia ya kweli.

Natuseme kuna mtu ambaye hawezi kuacha kuvuta sigara au kunywa. Ukimkemea, na kusema, "Ukiendelea kuvuta sigara au kunywa, Mungu atakukasirikia," atasita kuja kanisani na mwishowe atamwacha Mungu. Ni bora umtie moyo, kwa kusema, "Unaweza kuacha kuvuta sigara na kunywa kwa urahisi kwa sababu Mungu atakusaidia. Imani yako inapokua, itakuwa rahisi kuviacha. Kwa hivyo tafadhali mwombe Mungu kwa imani siku zote." Katika kisa hiki usimwongoze kuja kwa Mungu kwa hisia ya kuwa na hatia na woga wa adhabu. Badala yake, unapaswa kumwongoza aje kwa Mungu kwa furaha na shukurani na hisia ya hakikisho la Mungu wa upendo.

Kama mfano mwingine, tuseme kuna mtu anayehudhuria ibada ya Jumapili asubuhi peke yake lakini mchana anafungua duka lake. utamwambiaje? Ni bora umwelekeze na kumwonya kwa upole, ukisema, "Mungu hupendezwa nawe wakati unapoitakasa Siku ya Bwana yote. Ukiitakasa Siku ya Bwana yote na umwombe baraka zake, kwa hakika utamwona Mungu akikubariki kwa wingi kuliko vile unavyoweza kupata kwa kufungua duka lako Siku ya Bwana." Lakini, haimaanishi kwamba ni sawa kwa kiasi cha imani ya mtu kubaki vile vile bila kubadilika wala kukua. Kama tunavyoona katika ukuaji wa mtoto ambaye, bila ukuaji mzuri na wa wakati wake, anakuwa mgonjwa, mlemaavu, au hufa, imani ya mtu kama huyo hudhoofika baada ya muda na atakuwa mbali sana na njia ya wokovu. Itakuwa huzuni ya namna gani kama hawezi kuokolewa!

Yesu anatwambia in Ufunuo 3:15-16, "Nayajua matendo yako, ya kuwa hu baridi wala hu moto; ingekuwa heri kama ungekuwa baridi au moto. Basi, kwa sababu una uvuguvugu, wala hu baridi wala moto, nitakutapika utoke katika kinywa changu." Mungu hutukemea na kutujulisha kwamba hatuwezi kuokolewa kwa imani ya vuguvugu. Kama imani yako ni baridi, Mungu anaweza kukuongoza katika toba na wokovu kwa kuruhusu majaribu juu yako. Lakini, kama una imani vuguvugu bado, si rahisi kwako kujitambua na kutubu dhambi zako.

3. Imani ya Waisraeli Walipokuwa Wanatoka Misri

Wakati unaposhindwa na kuishi kwa Neno la Mungu, unakuwa na tabia ya kulalamika au kunung'unika juu ya ugumu uuonao badala ya kuushinda kwa imani na furaha. Hata hivyo, Mungu wa upendo huvumilia na kukutia moyo siku zote kuishi na kukaa katika ukweli.

Natuchukue mfano mmoja. Waisraeli walikuwa wamekuwa watumwa kwa kama miaka 400 kule Misri. Walitoka huko chini ya uongozi wa Musa na wakaona kazi za nguvu za Mungu zikionekana wakati mwingi huku wakiwa wanaenda nchi ya Kanaani. Waliona Mapigo Kumi yaliyoletwa juu ya Misri; maji ya Bahari ya Shamu yakigawanyika mara mbili; na maji machungu ya Mara yakigeuka na kuwa maji matamu, ya kuweza kunywewa. Pia walikula mana na kware waliotoka mbinguni walipokuwa wanavuka Jangwa la Sini. Walishuhudia kazi za nguvu ya ajabu ya Mungu kwa namna hiyo.

Lakini, wakalalamika na kunung'unika badala ya kuomba kwa imani kila walipopatwa na mambo magumu. Hata hivyo, Mungu mwenye upendo mwingi alikuwa na huruma ya kuwa pamoja nao na kuwaongoza usiku na mchana mpaka wakafika Nchi ya Ahadi.

Watu wenye kulalamika na chuki

Kwa nini Waisraeli waliendelea kulalamika na kunung'unika kila wakati walipokabiliana na majaribu na ugumu. Haikuwa kwa sababu ya hali yenyewe lakini kwa sababu ya imani yao. Kama wangekuwa na imani ya kweli, wangekuwa wamefurahia Kanaani, Nchi ya Ahadi mioyoni mwao hata ingawa kwa uhalisi walikuwa ndani ya jangwa.

Kwa maneno mengine, kama wangekuwa wameamini kwamba hakika Mungu angewaongoza hadi nchi ya Kanaani, wangekuwa

Imani ya Kujaribu Kuishi Kwa Neno

wamefika kwa kushinda kila aina ya ugumu, bila kusikia huzuni au uchungu bila kujali wangekutana na aina gani ya ugumu huko jangwani.

Kutegemea aina ya imani na mtazamo ulio na watu, mwitiko wao unaweza kuwa tofauti hata katika mazingira au hali moja. Wengine husikia huzuni wakipatwa na mambo magumu; wengine huyakubali kwa hisia za wajibu; na bado wengine hupata mapenzi ya Mungu katikati ya mambo hayo magumu na kuyatii na furaha na shukurani.

Unawezaje kuishi maisha ndani ya Kristo yaliyojaa shukrani bila malalamiko? Hebu nilifafanue jambo hili kwa kutumia mfano. Tuseme unaishi Seoul na umo katika tatizo gumu la kifedha.

Siku moja, mtu aje kwako na aseme, "Kuna kipande cha almasi chenye ukubwa wa mpira wa kandanda kilichozikwa katika ufuo kule Pusan, kama maili 266 kusini mashariki mwa Seoul. Ukiipata ni yako. Unaweza kutembea au ukaenda mbio hadi katika ufuo huo lakini huruhusiwi kuendesha gari, kupanda basi, gari la moshi au ndege kwenda huko."

Ungefanya namna gani? Kamwe hutasema, "Ni sawa. Almasi sasa ni yangu kwa sababu amenipatia, kwa hiyo nitaenda kuitafuta mwaka ujao" au "Nitaenda huko mwezi ujao kwa sababu siku hizi nina shughuli nyingi." Hakika utakuwa na haraka kuanza kwenda mbio wakati ule ule utakaposikia habari hii kutoka kwake.

Watu wengine watakaposikia habari hizo, wengi wao wataenda mbio kule Pusan na washike njia fupi zaidi ili wapate almasi ile ya thamani haraka iwezekanavyo. Hakuna mtu atakayevunjika moyo akiwa katika njia ya kwenda Pusan hata asikie uchungu gani miguuni mwake au uchovu. Badala yake utapiga mbio ili upate hiyo almasi ya thamani kwa shukrani na furaha bila kulalamika juu ya maumivu miguuni mwako.

Kwa njia hiyo hiyo, kama una tumaini la hakika la ufalme mzuri wa mbinguni na wa milele na imani isiyobadilika, unaweza kukimbia mbio za imani katika kila hali bila kulalamika hata ufike Mbinguni.

Watu watiifu

Ukilitii Neno la Mungu, husikii huzuni au kulemewa katika maisha yako ya Kikristo bali unapendezwa na kufurahia. Ukisikia wasiwasi katika maisha yako ya imani, hali hiyo inashuhudia kutotii Neno la Mungu na kuacha njia kinyume na mapenzi yake.

Hapa kuna mfano. Hapo zamani, farasi walitumiwa kuvuta magari. Mara nyingi farasi walipigwa ingawa waliwafanyia kazi mabwana zao. Hawakuwa na haja ya kupigwa kama walimtii bwana wao, lakini wakienda njia zao wenyewe bila kumtii bwana wao, hawangeepuka kipigo kikali.

Hivyo ndivyo ilivyo kwa watu wasiotii Neno la Mungu. Watu kama hao wana njia zao wenyewe na humfanya Bwana akaguna. Mara kwa mara wanapigwa. Lakini sivyo na watu walitiio Neno la Mungu, wakisema, "Mungu, niambie. Mimi nitakufuata tu," wanaishi maisha ya amani na rahisi.

Kwa mfano, Mungu anatuamuru, "Usiibe." Unapotii amri hiyo, utasikia amani. Lakini kama hutaitii, utasikia wasiwasi kwa sababu una tamaa ya kuiba. Ni kawaida kabisa kwamba mtoto wa Mungu lazima atupe kila kitu ambacho Mungu amemwamuru akitupe. La sivyo anakuwa na huzuni moyoni mwake.

Hii ndio sababu katika Mathayo 7:13-14, Yesu anasema, "Ingieni kwa kupitia mlango ulio mwembamba; maana mlango ni mpana, na njia ni pana iendayo upotevuni, nao ni wengi waingiao kwa mlango huo. Bali mlango ni mwembamba, na njia imesonga iendayo uzimani, nao waionao ni wachache." Watu waanzao kuingia katika imani huviona vigumu na vikali, kama kujaribu kuingia kupitia mlango mwembamba, kutii Neno la Mungu. Lakini, polepole wao hutambua ndiyo njia ya kwenda mbinguni na barabara ya kweli na ya furaha.

4. Ni Sharti Uamini na Kutii

Yumkini umesikia mara nyingi vifungu vifuatayo katika 1 Wathesalonike 5: "Furahini siku zote; ombeni bila kukoma; shukuruni kwa kila jambo; maana hayo ni mapenzi ya Mungu kwenu katika Kristo Yesu" (kif. 16-18).

Je, wewe hupoteza furaha jambo la kuhuzunisha linapofanyika kwako? Je, wewe hukunja uso wakati mtu anapokutatiza? Je, wewe hujawa na wasiwasi na hofu unapokuwa katika matatizo ya kifedha au ukiteswa na mtu?

Wengine huona ni unafiki kuwa na furaha na shukrani hata katika nyakati ngumu. Wanaweza kuuliza, "Kwa nini nishukuru na hakuna jambo la kunifanya nitoe shukrani?" Pia wanajua kwamba wanapaswa kuwa wavumilivu lakini wanaudhika au kukasirika sana wanapokabiliwa na hali wasizoweza kuzivumilia. Wanazini mioyoni mwao wanapowatazama wanawake warembo kwa sababu bado hawajatupa tamaa mioyoni mwao. Mambo haya yanathibitisha kwamba watu kama hao hawajatupa dhambi zao kwa kupambana nazo na hawalitii Neno.

Husikii sauti ya Roho Mtakatifu

Kama unajua Neno la Mungu kwa kiasi kikubwa lakini hulitii, huwezi kuisikia sauti ya Roho Mtakatifu wala kuongozwa na yeye kwa sababu utakuwa umejenga ukuta wa dhambi kati yako na Mungu. Lakini hata mtu mpya katika imani anaweza kusikia sauti yake na kuongozwa na yeye akiendelea kulitii Neno la Mungu. Kama tu mtoto mdogo alivyo hana jambo la kumtia wasiwasi anapowatii wazazi wake, Mungu mwenyewe anapendezwa nawe na kukuongoza unapoendelea kumtii hata na imani ndogo.

Hapa kuna mfano. Wazazi humtunza mtoto wao mdogo kwa kila hali. Hata hivyo, hawana haja ya kumtunza kwa usikivu mwingi anapokua na kutembea peke yake na kuweza kula mwenyewe. Hawana haja ya kumchukulia kama mtoto mchanga wakati anapofika umri wa kuingia shule za malezi. Lakini, wazazi watasikia uchungu na huzuni kama mtoto wao havai viatu vyake vizuri au haweza kufanya mambo ambayo anapaswa kujifanyia mwenyewe.

Vivyo hivyo, kama umeishi maisha ya Kikristo kwa muda mrefu wa kutosha kuwa kiongozi au mfanya kazi kanisani kwenu, unapaswa kutii Neno la Mungu. Ukisikiliza Neno lake lakini uendelee kuishi maisha ya Kikristo ya kufanana na mtoto mdogo na kwendelea kujenga ukuta wa dhambi dhidi ya Mungu, jaribu lake litakuja juu yako.

Katika kisa kama hicho, hutaweza kupokea majibu kutoka kwa Mungu hata ukimwomba. Huwezi kuzaa matunda mazuri maishani mwako na kupokea ulinzi wa Mungu. Hutaendelea bali badala yake utakutana na matatizo. Utalazimika kuishi maisha ya uchungu na ya uchovu tena yaliyojaa hofu na wasiwasi.

Hupati majibu ya Mungu wala ulinzi wake

Kama uko katika Kiwango cha Pili cha Imani, unajua vizuri dhambi ni nini na kwamba unapaswa kutupilia uovu na uongo ndani yako. Kama hujayatupa na bado yako akilini mwako, unawezaje kuja kwa Mungu mtakatifu ambaye ndiye mwangaza wenyewe bila aibu? Adui yako Shetani na ibilisi wanakufuata na kukufanya uwe na mashaka na Mungu na mwisho wake wakujaribu urudi ulimwenguni.

Kulikuwa na mzee mmoja katika kanisa langu aliyejaribu kuzaa matunda katika biashara nyingi, akijiuliza, "Nitamfanyia nini mchungaji wangu?"

Lakini hakufaulu sana kwa sababu alikuwa mwaminifu kimwili bali hakutahiri moyo wake, ambalo ndilo jambo muhimu zaidi. Alimfedhehesha Mungu kwa kutofuata njia sahihi kwa sababu ya mawazo yake ya kimwili na moyo wake ambao mara nyingi ulitafuta uzuri wake mwenyewe. Pia alitamka maneno ya uongo, akawakasirikia watu wengine, na akakosa kulitii Neno la Mungu katika vipengele vingi. Zaidi ya hayo, kama matatizo yake ya kifedha na ya uhusiano wake na watu hayangeendelea, hangekuwa ameendelea kushika imani bali angeifanya ikaridhiana na uovu. Mwisho, kwa sababu kiasi cha kurudi nyuma kwake katika imani kungekuwa kumemfanya apoteze thawabu zake zote ambazo alikuwa amepokea hadi kufikia pale, Mungu aliiita roho yake wakati ufahao zaidi.

Kwa hivyo, ni lazima utambue kwamba jambo muhimu zaidi sio uaminifu wa kimwili na vyeo vya kupewa kanisani, bali kutupa dhambi zako unapoishi kwa Neno la Mungu.

5. Wakristo Wachanga na Wakristo Waliokomaa

Kama uko katika Kiwango cha kwanza cha Imani, husikii kusumbuliwa wala kumsikia Roho Mtakatifu akiguna hata ukifanya dhambi. Hiyo ni kwa sababu bado huwezi kutofautisha baina ya ukweli na uongo na hutambui kwamba umefanya dhambi hata kama unaifanya hasa. Mungu hakulaumu sana unapofanya dhambi kwa sababu huwezi kutofautisha baina ya ukweli na uongo kwa sababu ya kukosa ujuzi wa Neno la Mungu.

Ni kama vile ambavyo mtoto mdogo halaumiwi hata anapomwaga maji yaliyo kwenye kikombe au kuvunja sahani anapotambaa sakafuni. Badala yake wazazi wake au wanafamilia wengine hawamlaumu mtoto bali hulaumu kutojali kwao. Lakini unapoingia katika kiwango cha pili cha imani, utaanza kusikia mguno wa Roho Mtakatifu ndani yako, na utaanza kusikia kufadhaika unapofanya dhambi. Lakini bado huwezi kuelewa kila Neno la Mungu kwa sababu wewe ni kama mtoto mdogo katika roho, na sio rahisi kwako kutii Neno wewe mwenyewe. Hiyo ndiyo sababu watu walio katika kiwango cha kwanza au cha pili cha imani wanaitwa "Wakristo wa kunyweshwa maziwa."

Wakristo wa kunyweshwa maziwa

Mtume Paulo anaandika katika 1 Wakorintho 3:1-3 kama ifuatavyo:

> Lakini, ndugu zangu, mimi sikuweza kusema nanyi kama na watu wenye tabia ya rohoni, bali kama na watu wenye tabia ya mwilini, kama na watoto wachanga katika Kristo. Naliwanywesha maziwa sikuwalisha chakula; kwa kuwa mlikuwa hamjakiweza. Naam, hata sasa hamkiwezi, kwa maana hata sasa ninyi ni watu wa tabia ya mwilini. Maana, ikiwa kwenu kuna husuda na fitina, je! Si watu wa tabia ya mwilini ninyi; tena mnaenenda kwa jinsi ya kibinadamu?

Ukimkubali Yesu Kristo, unapokea haki ya kuwa mtoto wa Mungu na jina lako linaandikwa katika Kitabu cha Uzima kule Mbinguni. Lakini hata hivyo, unachukuliwa kama mtoto mdogo katika Kristo kwa sababu bado hujarejesha sura ya Mungu iliyopotea kikamilifu.

Kwa sababu hii, wale walio katika kiwango cha kwanza na cha pili cha imani lazima watunzwe. Wanapaswa kufundishwa Neno la Mungu na watiwe moyo kuishi kwa hilo kama vile unavyoweza kumnywesha maziwa mtoto mchanga.

Hiyo ndiyo sababu watu walio katika kiwango cha kwanza na cha pili cha imani wanaitwa "Wakristo wa kunyweshwa maziwa." Imani yao ikikua, na kuanza kuelewa na kutii Neno la Mungu kivyao, wanaitwa "Wakristo wa kulishwa chakula kigumu."

Kwa hiyo, kama wewe ni Mkristo wa kunyweshwa maziwa – katika kiwango cha kwanza au cha pili cha imani – unapaswa kujaribu uwezavyo kuwa Mkristo wa kula chakula kigumu. Lakini hata hivyo, ni lazima ukumbuke kwamba huwezi kujisukuma kwa nguvu kutoka kuwa Mkristo wa kunyweshwa maziwa hadi kuwa Mkristo wa kula chakula kigumu. Ukifanya hivyo, utavimbiwa kama vile mtoto mchanga anapolishwa chakula kigumu anavyovimbiwa, atakuwa na matatizo ya usagaji wa chakula.

Kwa hivyo ni lazima uwe na hekima unapomtunza mkeo/mumeo, mtoto wako, au mtu yeyote mwenye imani ndogo. Kwanza unatakiwa kuelewa mahali walipo, na uwaongoze ili wakue katika imani kwa kuwafundisha juu ya Mungu aishiye, badala ya kuwalaumu au kuwaonya kwa imani yao ndogo ambayo ni matokeo ya mioyo yao mikaidi au matendo yao ya kutotii.

Mungu haadhibu watu walio katika kiwango cha kwanza na cha pili cha imani hata kama hawaitakasi Siku ya Bwana au hawaishi kwa Neno kabisa. Badala yake, anaelewa hali yao na huwaongoza kwa upendo. Kwa njia hii, tunapaswa tuweze kuchanganua kiasi cha imani yetu na pia imani ya wengine na tufikiri kwa busara kulingana na kiasi cha imani.

Wakristo walao chakula kigumu

Kama unang'ang'ana kuishi maisha mazuri ya Kikristo hata kama uko katika kiwango cha kwanza au cha pili cha imani, Mungu hukulinda dhidi ya matatizo na majaribu mengi. Hata hivyo, hupaswi kusimama katika kiasi cha kiwango cha pili cha imani bila kuboresha imani yako zaidi. Kama vile wazazi walivyo na hofu wakati watoto wao hawakui vizuri na sawasawa na kupendezwa sana wakati watoto wao wanakua vizuri, mtoto wa Mungu pia lazima akuze imani yake kwa nguvu kupitia kwa Neno na kwa maombi.

Kwa hiyo, kwa upande mmoja, kwa wakati ufahao kabisa Mungu huruhusu mateso ili aweze kukupeleka katika kiwango cha tatu cha imani. Anakubariki sio tu kwa ukuaji wa imani yako peke yake bali pia kwa mambo mengine mengi. Jinsi unavyoshinda mateso makuu zaidi ndivyo baraka za Mungu zitakavyozidi kuwa kubwa zaidi.

Kwa upande mwingine, kama unapaswa kuwa katika kiwango cha tatu cha imani lakini unaishi maisha anayotarajiwa kuishi mtu wa kiwango cha kwanza au cha pili cha imani, Mungu hukuletea majaribu ya kukutia nidhamu badala ya mtihani wa kukuletea baraka.

Tuseme kuna mtoto akosaye lishe bora kwa sababu anapenda kunywa maziwa peke yake bila kula vyakula vingine vyenye nguvu.

Akiendelea kunywa maziwa peke yake, anaweza kushikwa na ugonjwa wa ukosefu wa lishe bora au hata kufa. Katika hali hiyo, wazazi kawaida hujaribu wawezavyo kumlisha mtoto wao vyakula vya nguvu.

Vivyo hivyo, watoto wa Mungu wanapojua Neno lake lakini washike njia ya kifo bila kutii Neno, Mungu – ambaye kupitia kwa Mwanawe Yesu Kristo anataka kupata watoto wa kweli – huruhusu majaribu na kuvunjika moyo kwa sababu ya kushitakiwa na Shetani. Mungu huwachukulia watoto wake kama ifuatavyo:

"Maana yeye ambaye Bwana ampenda, humrudi, Naye humpiga kila mwana amkubaliye. Ni kwa ajili ya kurudiwa mwastahimili; Mungu awatendea kama wana; maana ni mwana yupi asiyerudiwa na babaye?" (Waebrania 12:6-7)

Mtoto wa Mungu akifanya dhambi lakini awe hamtii adabu, inamshuhudia mtu huyo kwamba yuko mbali na upendo wa Mungu. Litakuwa janga kubwa sana kwake kuanguka Jehanamu kwa sababu Mungu hamkubali tena kama mwanawe.

Kwa hivyo, kama majaribu ya Mungu ya kukutia adabu yakija juu yako wakati unapofanya dhambi, ni lazima ukumbuke kwamba huo ni ushahidi wa upendo wake na utubu dhambi zako sawa sawa. Kinyume ya hilo, kama Mungu hakutii adabu hata ingawa umefanya dhambi, basi bila kuvunjika moyo unapaswa ujaribu kutubu dhambi zako na upokee msamaha.

Unaweza kusamehewa dhambi zako kwa kuzitubu kwa mdomo wako na pia kuacha njia hiyo ya dhambi. Huwezi kufanya toba ya kweli na machozi kwa mapenzi yako mwenyewe lakini kwa neema ya Mungu. Kwa hivyo, ni lazima umwombe Mungu kwa ari ili akupe neema ya kutubu kwa machozi. Neema yake ikija juu yako, unapata kutubu kwa kulia na kutoa makamasi, na toba ya kurarua moyo wako itatokea.

Ni wakati huo peke yake ambapo ukuta wa dhambi dhidi ya Mungu utaharibiwa na moyo wako upate kuburudishwa na uwe mwepesi. Utajazwa Roho Mtakatifu na utabubujika furaha na shukrani, na huu ndio ushahidi wa kwamba umerejesha upya upendo wa Mungu.

Kama unapaswa kuwa katika kiwango cha tatu cha imani lakini una tabia na maisha yamfaayo mtu aliye katika kiwango cha pili cha imani, ni vigumu kidogo kwako kupewa imani inayoweza kutatua matatizo yako kutoka juu. Wakati imani ya kutoka kwa Mungu ikikosa kuja kwako, huwezi kuponywa magonjwa yako kwa imani yako na unaweza kuishia kutegemea njia za kiulimwengu. Lakini ukitubu dhambi zako sawa sawa na kulia machozi na kuacha njia za dhambi, punde si punde utarejesha upya kiwango cha tatu cha imani.

Kama umeelewa kanuni hii ya ukuaji wa imani, hupaswi kutosheka na kiwango cha imani ulicho nacho sasa. Kama vile mtoto akuavyo na kuingia shule ya malezi, kisha shule ya katikati, halafu shule ya upili, na chuo, na zaidi, ni lazima ujaribu uwezavyo kuboresha imani yako mpaka ufike kiasi cha juu zaidi cha imani.

Kama uko katika kiwango cha pili cha imani, imani yako hukua upesi na utimilifu wa Roho Mtakatifu kwa sababu imani yako, hata kama ni ndogo kama punje ya haradali, imepandwa tayari na kuanza kumea. Kwa maneno mengine, imani yako hukua vya kutosha kutii Neno la Mungu unapokuwa ukijihami kwa Neno lake kwa kusikiliza kwa Neno kwa hamu, kuhudhuria ibada, na kuomba bila kukoma.

Naomba kwamba usihifadhi tu Neno la Mungu kama elimu tu ya kawaida bali pia ulitii hadi kufikia mahali pa kumwaga damu na kupata imani kuu zaidi, katika jina la Bwana wetu ninaomba!

Sura ya 6

Imani ya Kuishi kwa Neno

KIASI CHA IMANI

*"Basi kila asikiaye hayo maneno yangu,
na kuyafanya, atafananishwa na mtu mwenye akili,
aliyejenga nyumba yake juu ya mwamba;
mvua ikanyesha, mafuriko yakaja,
pepo zikavuma, zikaipiga nyumba ile,
isianguke;
kwa maana misingi yake imewekwa juu ya
mwamba."
(Mathayo 7:24-25)*

Watu tofauti wana kiasi tofauti cha imani. Imani ni kipawa kutoka kwa Mungu ulichopewa kufikia kiasi cha kutimiza ukweli moyoni mwako. Imani yako kama elimu inapobadilishwa na kuwa imani ya kutolewa na Mungu, unaweza kupokea majibu kutoka kwake.

Kama nilivyosema katika sura za awali, unaposemekana kwamba uko katika kiwango cha kwanza cha imani cha kupokea wokovu, utapokea Roho Mtakatifu na jina lako huandikwa katika Kitabu cha Uzima kule Mbinguni. Halafu, unaanza kuunda uhusiano na Mungu na kumwita, "Mungu Baba yangu."

Halafu, imani yako itakua na utafurahia kusikiliza Neno la Mungu ukiwa umejazwa Roho Mtakatifu, na kujaribu kulitii kama unavyoambiwa. Lakini hutii Neno lake lote. Unasikia Neno la Mungu limekuwa mzigo na hupokei kila jibu. Katika daraja hili unasemekana kwamba uko katika kiwango cha pili cha imani.

Unawezaje kufika kiwango kifuatacho –kiwango – cha tatu cha Imani ambapo unaweza kuishi kwa Neno? Utaishi maisha ya Kikristo ya namna gani katika kiwango cha tatu cha imani?

1. Kiwango cha Tatu cha Imani

Mtu anapomkubali Bwana na kumpokea Roho Mtakatifu, moyoni mwake huwa kumepandwa mbegu ya imani iliyo ndogo kama punje ya haradali. Mbegu ya imani ikimea, hufika kiwango cha imani ambapo unajaribu kutii Neno na kisha hufikia kiwango cha juu zaidi ambapo unalitii. Mara ya kwanza hulitii Neno sana hata ingawa unalisikiliza, lakini imani yako inapokua, unaweza kulielewa kwa kina zaidi na kulitii zaidi. Kwa sababu hii, "imani ya kutii" pia inaitwa "imani inayomwezesha mtu kuelewa."

Kuelewa Neno ni tofauti na kuhifadhi Neno kama elimu. Hiyo ni kusema, kujaribu kutii Neno kwa nguvu kwa sababu unajua kwamba Biblia ni Neno la Mungu ni tofauti sana na kutii Neno kwa kupenda na kuwa tayari kwa sababu unaelewa ni kwa nini unapaswa kulitii.

Kutii Neno kupitia kwa ufahamu

Hapa kuna mfano. Tuseme ulisikiliza ujumbe uliohubiriwa kama ifuatavyo: "Ukiitakasa siku ya Bwana na kutoa matoleo kamili ya fungu la kumi, Mungu atafukuza aina zote za matatizo na majaribu kutoka kwako. Atakuponya aina zote za magonjwa. Ataibariki roho yako na kukupa baraka za kifedha."

Ukifikiri unajua Neno baada ya kusikiliza huo ujumbe lakini moyoni mwako hulielewi, hutatii Neno siku zote katika maisha yako ya kila siku. Unaweza jaribu kutii Neno, ukifikiri, 'Ndio, hilo linaonekana ni kweli,' na wakati mwingine utii amri lakini wakati mwingine usilitii kutegemea hali yako. Mzunguko huu unaweza kurudiwa mpaka ukapata imani kamilifu katika Neno.

Lakini, ukielewa Neno na uliamini kutoka moyoni mwako, utaitakasa siku ya Bwana, utatoa fungu la kumi lote, na hutaridhiana hata uwe katika hali ngumu namna gani.

Kwa mfano, tuseme raisi wa kampuni aliwaambia waajiriwa wake wote, "Mtu yeyote kati yenu atakayekesha akifanya kazi, nitampatia malipo ya ziada na nimpandishe cheo." Kama chaguo la kufanya kazi ya ziada ni juu ya kila mwajiriwa, waajiriwa watafanya nini kama wanaamini ahadi ya raisi? Kwa hakika watakesha kufanya kazi isipokuwa wawe na sababu maalum ya kutofanya hiyo kazi. Kwa jumla, inachukua miaka michache kupandishwa cheo katika kampuni na inagharimu jitihada nyingi kupita mtihani wa kupandishwa cheo. Ukichunguza mambo haya yote, hakuna mfanya kazi katika hiyo kampuni atakayesita kufanya kazi ya ziada usiku mmoja, kwa mwezi, au hata zaidi.

Hivyo ndivyo ilivyo amri ya Mungu ya kuitakasa siku ya Bwana na kutoa fungu la kumi. Kama unaiamini hiyo ahadi ya Mungu kikamilifu juu ya kuitakasa Siku ya Bwana na kutoa fungu la kumi lote, ungefanya nini?

Utiifu wako hukuletea baraka

Unapoitakasa Siku ya Bwana, unakiri ukuu wa Mungu. Unatambua kwamba Mungu ndiye Bwana wa eneo la kiroho. Ndiyo maana Mungu anakulinda kutokana na aina zote za majanga na ajali katika wiki, na kukubariki ili roho yako iendelee vizuri unapoitakasa Siku ya Bwana. Pia unakubali ukuu wa Mungu kupitia kwa matoleo ya fungu la kumi, kwa sababu unakubali kwamba vitu vyote juu mbinguni na duniani ni vya Mungu.

Kwa kuwa Mungu ndiye Muumbaji wa vitu vyote, uhai wenyewe unatoka kwa Mungu, na uwezo wa kutia jitihada na kujaribu uwezavyo pia hutoka kwake. Kwa maneno mengine, vitu vyote ni vya Mungu. Katika kanuni hii, mapato yako yote ni ya Mungu, lakini anakuruhusu umpe fungu la kumi peke yake ya mapato yako na yanayobaki utumie mwenyewe.

Mal 3:8-9 inatukumbusha, "Je! Mwanadamu atamwibia Mungu? Lakini ninyi mnaniibia mimi. Lakini ninyi mwasema, Tumekuibia kwa namna gani? Mmeniibia zaka na dhabihu. Ninyi mmelaaniwa kwa laana; maana mnaniibia mimi, naam, taifa hili lote!"

Kwa upande mmoja, umelaaniwa ukifanya dhambi kali ya kumwibia Mungu fungu la kumi. Na upande mwingine, ukimpa Mungu fungu la kumi lote kwa kutii amri yake, siku zote utakuwa chini ya ulinzi wake na kupokea baraka za kipimo kizuri, kilichoshindiliwa, na kusukwasukwa, hata kumwagika (Luka 6:38).

Ufahamu sahihi huleta utiifu

Ni wakati tu utakapoelewa maana ya kweli ya Neno zaidi ya kulihifadhi tu kama elimu, ndipo utaweza kulitii na kupokea baraka za Mungu anayekupa thawabu kulingana na yale uliyotenda. Hata hivyo, ukiwa huelewi maana za kweli za Neno, huwezi kulitii kikamilifu hata ukijaribu kufanya hivyo, kwa sababu unalo na unaliona kama elimu tu akilini mwako.

Kufuatana na hilok ni lazima ung'ang'ane kuikuza imani

yako. Mtoto akiwa halishwi kitu atakufa. Ni lazima alishwe kila mara, atupe mikono yake au miguu, na aone, asikie, na ajifunze kutoka kwa wazazi wake na watu wengine. Katika utaratibu huu, ujuzi wa mtoto na hekima inaongezeka na anakua na kukomaa vizuri na kisawasawa.

Vivyo hivyo, waamini wasisikilize Neno la Mungu peke yake bali ni lazima pia wajaribu kulifahamu maana yake ya kweli. Unapoomba ili utii Neno la Mungu, utaweza kuelewa maana yake na upate nguvu ya kulitii.

Kwa mfano, Mungu anasema katika 1 Wathesalonike 5:16-18, "Furahini siku zote; ombeni bila kukoma; shukuruni kwa kila jambo; maana hayo ni mapenzi ya Mungu kwenu katika Kristo Yesu" Watu walio katika kiwango cha pili cha imani wana hisia za kufanya jukumu lao, uwezekano wa kuomba, wanashukuru, na wanapaswa wawe na furaha kwa sababu ni amri ya Mungu. Lakini, hawamshukuru wakati wanapokuwa hawajisikii kutoa shukrani, au hawana furaha wakati wanapokabiliana na hali ngumu kwa sababu wanajaribu kutii Neno na hisia za kufanya jukumu lao peke yake.

Watu katika kiwango cha tatu cha imani, hata hivyo, wanaweza kutii Neno kwa sababu wanasimama juu ya mwamba wa imani. Wanaelewa kwa nini wanapaswa kutoa shukrani wakati wote, kwa nini wanapaswa kuomba bila kukoma, na siku zote wawe na furaha. Kwa hiyo siku zote wana furaha na shukrani kutoka kilindi cha mioyo yao siku zote katika kila hali.

Basi, kwa nini Mungu anakuamuru uwe na furaha wakati wote? Maana ya kweli ya amri hii ni nini? Kama una furaha tu wakati jambo la kufurahisha linapofanyika kwako na unapokabiliana na matatizo au usumbufu hufurahi, huna tofauti na watu wa ulimwengu ambao hawamwamini Mungu. Watu hao wanatafuta mambo ya ulimwengu kwa sababu hawajui wanadamu wametoka wapi na wanaenda wapi. Kwa hiyo, wana furaha wakati tu maisha yao yamejaa vitu vya kupendeza na matukio na sababu za furaha. La sivyo, wamejawa na kuzungukwa na usumbufu, wasiwasi, huzuni, au uchungu kutoka kwa ulimwengu. Waamini, hata hivyo, wanaweza kuishi kitofauti sana na watu kama hao kwa sababu wana tumaini la kuingia Mbinguni. Sisi kama waamini hatuhitaji kuwa na wasiwasi au hofu kwa sababu Baba yetu wa kweli ni Mungu aliyeumba mbingu na nchi na amekuwa akitawala vitu vyote na historia ya mwanadamu. Kwa nini tuwe na wasiwasi na woga? Zaidi ya hayo, kwa kuwa tutafurahia uzima wa milele katika ufalme wa Mbinguni kupitia kwa Yesu Kristo, hatuna lingine ila kuwa na furaha.

Imani ya kutii Neno

Ukiwa unaelewa Neno la Mungu kutoka vilindi vya moyo wako, unaweza kuwa na furaha hata katika nyakati ambazo huwezi kuwa na furaha, kushukuru wakati wote hata inapokuwa vigumu kwako kutoa shukrani, na kuomba hata wakati ambapo huwezi kuomba. Ni wakati huo peke yake ambapo adui yako ibilisi atakuacha, matatizo na ugumu vitakuacha, na kila aina ya matatizo yatatatuliwa kwa sababu mwenyezi Mungu yu pamoja nawe. Kama unasema unamwamini Mwenyezi Mungu lakini bado una wasiwasi au unasita kufurahi wakati unapokabiliwa na tatizo, wewe uko katika kiwango cha pili cha imani.

Lakini, ikiwa umebadilika hata uelewe Neno la Mungu kweli na uwe na furaha na ushukuru kutoka moyoni mwako, wewe uko katika kiwango cha tatu cha imani. Yafuatayo hufanyika wakati uko katika kiwango cha tatu cha imani: kadri unavyojaribu sana kutumika na kupenda wengine, chuki itapotea na moyo wako utajazwa polepole upendo wa kiroho wa kupenda adui zako. Hiyo ni kwa sababu wakati huu unaelewa kutoka moyoni mwako upendo wa Bwana aliyeubeba msalaba wa kuparuza kwa ajili ya wenye dhambi.

Yesu alisulubiwa, akatukanwa, na akafanyiwa ubaya na watu wenye dhambi waovu ingawa alifanya mambo mazuri peke yake na alikuwa hana lawama. Hakuwachukia wale waliomsulubisha, waliomtukana, au kumdhihaki bali alimwomba Mungu ili waweze kusamehewa. Mwisho wake, alidhihirisha upendo wake mkuu kwa kutoa maisha yake mwenyewe kwa ajili yao.

Unaweza kuwa umewachukia wale waliokuudhi au kukuzushia bila sababu yoyote kabla hujaelewa upendo mkuu wa Yesu Bwana wako. Hata hivyo, sasa unaweza kuchukia dhambi zao lakini usiwachukie hao watu. Licha ya hayo, usiwahusudu wale wafanyao kazi kwa bidii au wale wanaopongezwa kuliko wewe, lakini badala yake furahi kwa ajili yao na uwapende zaidi katika Kristo. Unaweza kuwa umekuwa na mashaka na Neno la Mungu au kulihukumu kulingana na mawazo yako mwenyewe wakati ulipolisikia kwa mara ya kwanza, lakini sasa unalipokea kwa furaha bila kuwa na mashaka au kulihukumu. Katika kiwango cha tatu cha imani, unatii Neno la Mungu amri hadi amri.

Thawabu za Mungu huhitaji imani iambatanayo na matendo

Kabla kukutana na Mungu, nilikuwa nikiugua magonjwa aina zote kwa miaka saba na nilibandikwa jina la "Bohari ya Magonjwa." Nilifanya kila juhudi ili nipone, lakini sikufaulu na magonjwa yakazidi kuwa mabaya siku baada ya nyingine. Yalionekana kwamba hayawezi kuponywa kwa sayansi ya matibabu na sikuweza kufanya jambo lingine lolote ila kungojea kifo.

Siku moja, nikaponywa papo hapo na nguvu za Mungu na afya yangu ikanirudia. Kupitia kwa tukio hili la ajabu, nilikutana na Mungu aishiye na kuanzia wakati huo nimemwamini kikamilifu bila tashwishi na kutegemea Neno la Biblia kikamilifu. Nilitii kila Neno la Mungu bila masharti. Nilikuwa na furaha kila wakati ingawa nilikuwa na mambo magumu, na nilitoa shukrani katika hali yoyote yenye matatizo kwa sababu hivyo ndivyo Mungu alivyoniambia nitende katika Biblia.

Ilikuwa furaha yangu kuu zaidi kuhudhuria ibada na kumwomba Mungu siku za Jumapili; niliacha hata nafasi ya kufanya kazi nzuri sana na nikaanza kufanya kazi katika sehemu za mjengo kwa sababu nilikuwa nimeamua kuifanya siku ya

Imani ya Kuishi kwa Neno

Bwana iwe takatifu.

Hata hivyo, nilikuwa na furaha kuu na nikashukuru kwa ajili ya ukweli kwamba Mungu alikuwa Baba yangu. Alinijia nilipokuwa nangojea kufa kwa sababu ya magonjwa mabaya mbalimbali, na nilishukuru sana kwa ajili ya neema yake ya kushangaza. Basi nikaendelea kuomba na kufunga ili niweze kuishi kwa Neno la Mungu kikamilifu. Halafu siku moja nikasikia sauti ya Mungu ikiniita mtumishi wake. Kwa moyo wa utiifu nikaamua kuwa mtumishi wake mzuri na leo ninamtumikia kama mchungaji.

Nikamshukuru Mungu Baba yangu kutoka kilindi cha moyo wangu niwe nimepiga magoti kumwomba, niwe natembea barabarani, au niwe ninazungumza na mtu. Kwa njia iyo hiyo, nina furaha siku zote kutoka vilindi vya moyo wangu. Wasiwasi na matatizo humkabili mtu yeyote na kama mchungaji mkuu wa kanisa la washirika 120,000, nina kazi nyingi na majukumu mengi. Lazima nifundishe na kuwafunza watumishi wengi na wahudumu wengi wa Mungu ili niweze kutimiza kazi niliyopewa na Mungu na kutimiza umisionari wa ulimwengu kwa kuwaongoza watu wasiohesabika waje kwa Bwana. Ibilisi hupanga kila aina ya ujanja ili kuzuia mipango ya Mungu isitimizwe, na kuleta kila aina ya ugumu na majaribu. Mambo mengi ya kulalamikia, kusihi, na kuwa na wasiwasi nayo hunizonga wakati hadi mwingine, na ningekuwa nimeanguka kama ningekuwa nimeshindwa nayo au kushikwa na woga.

Hata hivyo, sijatekwa wala kushindwa na wasiwasi na hofu kwa sababu nilielewa mapenzi ya Mungu waziwazi.

Nilimshukuru yeye na nikaomba kwa furaha hata majaribu yangu au matatizo yalipokuwa mazito sana. Kwa hivyo Mungu amefanya kazi siku zote kwa uzuri katika kila kitu na kunibariki zaidi na zaidi.

2. Hadi Kufikia Mwamba wa Imani

Kuona vitu bila imani kupitia kwa kioo cha woga na hofu kutaumiza roho yako na kuharibu afya yako. Kama unaelewa maana ya kiroho ya Neno la Mungu, ambalo linatwambia, "Furahini siku zote; ombeni bila kukoma; shukuruni kwa kila jambo; maana hayo ni mapenzi ya Mungu kwenu katika Kristo Yesu," unaweza kushukuru kutoka moyoni mwako katika hali zozote (1 Wathesalonike 5:16-18).

Hiyo ni kwa sababu unaamini kwa uthabiti kwamba hiyo ndiyo njia ya kumpendeza Mungu, ya kumpenda, na kupokea majibu kutoka kwake. Zaidi ya hayo, huo ndio ufunguo wa kutatua matatizo yako, kupokea baraka zake, na kumtoa adui yako Shetani na ibilisi. Tuseme kuna mwanamke na mkaza mwanawe ambao wanachukiana. Wanajua kwamba wanapaswa kupendana na kuwa na amani kati yao. Lakini, kutafanyika nini kama watalaumiana na kuwekeana visasi? Hakuna tatizo hata moja linaloweza kutatuliwa kati ya hao wawili.

Kwa upande mmoja, kama mama mkwe atamsengenya mkaza mwanawe kwa wanafamilia wengine na majirani, na mkaza mwanawe aseme mambo mabaya juu ya mama mkwe mbele za watu wengine, migogoro na migongano haitakwisha na hapo nyumbani hakutakuwa na amani. Kwa upande mwingine, ni jambo gani litakalofanyika kwao kama wakitubu makosa yao, na waelewane kwa kuelewa sehemu ya mtu mwingine, wasameheane na wapendane? Nyumbani kutakuwa na amani. Mama mkwe atasema mambo mazuri juu ya mkaza mwanawe awe huyo mkaza mwanawe yuko naye au la. Mkaza mwanawe naye pia atamsifu na kumheshimu mama mkwe wake kutoka moyoni mwake. Na watakuwa na uhusiano wa amani na upendo! Hii ndiyo njia ile ile ya kupendwa na Mungu pia.

Chanzo cha kiwango cha tatu cha imani

Sababu ya watu wengine kutoweza kutii Neno hata kama wanajua kwamba ni kweli, ni kwa sababu wana uongo mwingi sana ambao uko kinyume na mapenzi ya Mungu. Uongo huu hubaki mioyoni mwao nao huizima hamu ya Roho Mtakatifu. Kwa hiyo, unapoingia daraja la kwanza la kiwango cha tatu cha imani, unaanza kupambana dhidi ya dhambi hadi kufikia mahali pa kumwaga damu (Waebrania 12:4).

Ili upate kutupa dhambi zako, ni lazima ung'ang'ane kwa kuomba kwa bidii na kwa kufunga kama Yesu alivyotwambia, "Namna hii haiwezi kutoka kwa neno lo lote, isipokuwa kwa kuomba" (Marko 9:29). Ni wakati huo peke yake ndipo utapokea nguvu na neema ya kutosha kutoka kwa Mungu ili uishi kwa Neno la Mungu. Kwa njia hiyo hiyo, kama uko katika kiwango cha tatu cha imani, utakuwa na ari ya kutupa kile ambacho Mungu anakwambia ukitupe, na ufanye yale akwambiayo ufanye kama inavyoamuru Biblia.

Je, hii inamaanisha kwamba kila mtu aifanyaye siku ya Bwana kuwa takatifu na kutoa matoleo ya fungu la kumi yuko katika kiwango cha tatu cha imani? La, hivyo sivyo. Watu wengine wanaweza kuhudhuria ibada za Jumapili na kutoa matoleo ya fungu la kumi kwa mtazamo wa kinafiki – wanaweza kufanya hivyo kwa sababu tu wanaogopa kukutana na majaribu na matatizo kama matokeo ya kutofuata amri hizi. Au kwa sababu wanataka kusifiwa na wahudumu na watumishi wa Mungu. Kama unamwabudu Mungu katika roho na kweli, Neno lake litakuwa tamu kuliko asali.

Lakini unapokuwa unasitasita kuhudhuria ibada, huna budi kusikia kuchoshwa na ujumbe na kujisemea, 'Naomba ibada hii iishe upesi...' Hii ni kwa sababu, hata ingawa mwili wako umo katika kanisa la Mungu, moyo wako uko mahali pengine.

Ukihudhuria ibada lakini uache moyo wako uende ulimwenguni, huwezi kuangaliwa kama mtu aliyeifanya Siku ya Bwana kuwa takatifu kwa sababu Mungu huchunguza mioyo ya wale wanaomwabudu. Katika kisa hiki, wewe bado umo katika kiwango cha pili cha imani hata ingawa unatoa fungu la kumi lote.

Kiasi cha imani kitakuwa tofauti kutoka mtu mmoja hadi mwingine hata ingawa wanaweza kuwa katika kiwango kimoja cha imani. Kama kiasi kikamilifu cha kila kiwango cha imani ni 100%, imani yako hupanda polepole kutoka kiasi cha 1% hadi kiasi cha 10%, 20%, 50% na kwendelea, hadi 100% katika kila kiwango cha imani. Kama imani yako itapanda hadi kiasi cha 100%, basi itakuwa inaenda juu ngazi moja ya imani. Kwa mfano, tugawanye kiasi cha kiwango cha pili cha imani kutoka 1% to 100%. Imani yako inapokaribia kiasi cha 100% katika kiwango cha pili cha imani, unaweza kufika kiwango cha tatu cha imani. Vivyo hivyo, imani yako ikipanda hadi kiasi cha 100% katika kiwango cha tatu cha imani, utakuwa katika kiwango cha nne cha imani. Kwa hivyo, unapaswa uweze kuchunguza kama uko katika kiwango gani cha imani wakati huu, na ni kiasi gani cha kiwango hicho umetimilisha.

Mwamba wa imani

Imani yako ikitimilisha zaidi ya 60% katika kiwango cha tatu cha imani, unasemekana umesimama juu ya mwamba wa imani. Katika Mathayo 7:24-25 Yesu anatwambia, "Basi kila asikiaye hayo maneno yangu, na kuyafanya, atafananishwa na mtu mwenye akili, aliyejenga nyumba yake juu ya mwamba; 25 mvua ikanyesha, mafuriko yakaja, pepo zikavuma, zikaipiga nyumba ile, isianguke; kwa maana misingi yake imewekwa juu ya mwamba."

"Mwamba" hapa ni Yesu Kristo (1 Wakorintho 10:4), na "mwamba wa imani" ni kusimama wima katika ukweli, Yesu Kristo. Kulingana na hilo, ukisimama juu ya mwamba wa imani baada ya kupita 60% katika kiwango cha tatu cha imani, unapokabiliana na aina yoyote ya matatizo na majaribu hutaanguka kamwe. Unatii mapenzi ya Mungu hadi mwisho kwa sababu utabaki umesimama wima juu ya mwamba wa imani mara unapopata kwamba ndiyo njia sawa au mapenzi ya Mungu.

Kwa hiyo, siku zote unaweza kuishi maisha ya ushindi na kumpa Mungu utukufu bila kujaribiwa na adui Shetani na ibilisi.

Juu ya hayo, furaha na shukrani hububujika kutoka moyoni mwako hata upate aina gani ya majaribu na matatizo, na utafurahia amani na pumziko kwa kuomba bila kukoma..

Tuchukulie kwa mfano mtoto wako amenusurika kifo katika ajali ya barabarani. Hata ingawa umepatwa na janga hili, unatoa machozi ya shukrani kutoka moyoni na ufurahie kwa sababu umesimama wima katika ukweli. Hata upatwe na kilema kwa sababu ya ajali, hutakuwa na kisasi na Mungu, na kusema, "Kwa nini Mungu hakunilinda?" Badala yake, utampa Mungu shukrani kwa kulinda sehemu nyingine za mwili wako.

Kwanza, ukweli kwamba dhambi zetu zimesamehewa na tunaweza kwenda Mbinguni unatutosha kutoa shukrani kwa Mungu. Hata upatwe na kilema, hakiwezi kukuzuia kwenda Mbinguni kwa sababu utakapoingia katika ufalme wa mbinguni, mwili wako uliolemaa utageuka kuwa mwili mkamilifu wa mbinguni.

Kwa maneno mengine, hakuna sababu ya kulalamika au kuhuzunika. Kwa kweli, Mungu kwa hakika hukulinda siku zote kama una aina hii ya imani. Hata kama Mungu anakuruhusu ujeruhiwe katika ajali ya barabani ili upate kupokea baraka, unaweza kuponywa kabisa kulingana na imani yako.

Maisha ya ushindi juu ya mwamba wa imani

Hata ingawa watu katika daraja la kwanza la kiwango cha tatu cha imani huwa na hamu ya kutii Neno, wakati mwingine wanatii Neno kwa furaha na wakati mwingine wanalitii bila kupenda. Hiyo ni kwa sababu kundi hili la watu la wakati wa baadaye bado halijatakaswa kikamilifu, na lina migongano kati ya kweli na uongo katika mioyo yao.

Kwa mfano, unajaribu kuwahudumia wengine bila kuwachukia kwa sababu Mungu hukufundisha usichukie watu wengine bali upende adui zako. Hata hivyo, hata ingawa inaonekana kama ambaye unawahudumia wengine, bado unaweza kusikia kulemewa kwa sababu huwapendi kutoka ndani ya moyo ya kwako. Lakini, ukisimama wima juu ya mwamba wa imani, adui yako Shetani na ibilisi hawafaulu katika kukujaribu na kukusumbua kwa sababu una moyo wa ukweli wa kufuata shauku ya Roho Mtakatifu, na usiogope chochote kwa sababu unatembea katikati ya nguvu ya Mungu Mwenyezi.

Kama kijana Daudi alivyomwambia jitu Goliathi kwa ujasiri na imani, Maana vita ni vya BWANA, naye atawatia ninyi mikononi mwetu" (1 Samweli 17:47), pia utaweza kufanya tamko ka kijasiri na la imani Mungu anapokuwa anakupa ushindi kulingana na imani yako. Hakuna jambo linaloweza kukuzuia au kukuchokesha kwa sababu mwenyezi Mungu ni msaidizi wako.

Kama una ushirika na Mungu na mnapendana naye, unaweza kupokea majibu ya matatizo yako na dua zako wakati unapomwomba kwa imani. Hata hivyo, hili haliwahusu watu ambao ni nadra kuomba na hawana ushirika na Mungu. Wanapokabiliwa na matatizo, ni vigumu sana kwao kupokea majibu kutoka kwa Mungu ingawa wanasema, "Kwa hakika Mungu atanipatia suluhisho." Ni kama walikuwa wanangojea tunda lianguke lenyewe kutoka mtini. Hii ndiyo sababu tunapaswa kuomba bila kukoma.

Jinsi ya kuufikia mwamba wa imani

Sio rahisi kwa mwana masungwi kuwa bingwa wa ulimwengu. Kazi hiyo ngumu inataka jitihada zisizokoma, uvumilivu wa muda mrefu, na kiasi cha nguvu. Mara ya kwanza, katika mazoezi mwanafunzi atashindwa kila mara kwa sababu ya kukosa ustadi.

Lakini, anapoendelea kujifundisha na kuboresha ustadi wake, anaweza kumpiga mwenzake angalau mara moja hata kama hapo awali amepigwa mara mbili au mara tatu. Anapoboresha ustadi wake na nguvu kwa kufanya jitihada zaidi, atashinda mapigano zaidi, na uhakika wake pia utaongezeka.

Vivyo hivyo, mwanafunzi mzuri wa Kiingereza hungojea kipindi cha Kiingereza kifike kwa hamu, na mara kikifika, hukifurahia kweli kweli. Kinyume cha hiyo, wanafunzi wabaya wa Kiingereza wanaelekea kusikia kuchoshwa na kulemewa katika kipindi cha Kiingereza.

Hivyo ndivyo ilivyo katika vita vya kiroho dhidi ya adui ibilisi. Kama uko katika kiwango cha pili cha imani, matakwa ya

Roho Mtakatifu ndani yako hupigana vita vikali sana sana dhidi ya matakwa ya dhambi kwa sababu matakwa hayo mawili yako na nguvu sawa. Ni kama pigano kati ya watu wawili wenye nguvu na ustadi sawa. Mmoja akimpiga mwingine, huyo mwingine naye humpiga kumlipiza. Mmoja akimpiga mwingine ngumi tano, huyo mwingine naye humpiga ngumi tano. Hivyo ndivyo vilivyo vita vya kiroho dhidi ya ibilisi. Wakati mwingine unamshinda ibilisi na wakati mwingine anakushinda.

Lakini ukiendelea kuomba na kujaribu kutii Neno bila kusikia au kuwa na maudhi/kuvunjika moyo, Mungu atamwaga neema yake na nguvu zake na Roho Mtakatifu atakusaidia. Matokeo yake ni kwamba, matakwa ya Roho Mtakatifu hustawi moyoni mwako na imani yako huendelea kupanda hadi kufikia kiwango cha tatu cha imani.

Mara tu unapoingia katika kiwango cha tatu cha imani, matakwa ya utu wa dhambi hufifia na inakuwa rahisi zaidi kuishi katika imani. Unapoomba bila kukoma kama Neno linavyokuamuru, utafurahia kumwomba Mungu. Ikiwa mara ya kwanza kipindi kirefu zaidi ulichoweza kuomba kilikuwa dakika kumi, utaweza kuomba kwa dakika ishirini, kisha dakika thelathini, na baadaye utakuwa unaweza kuomba kwa urahisi kwa angalau saa mbili au tatu.

Si rahisi kwa waamini wachanga kuomba kwa zaidi ya dakika kumi kwa sababu hawana mada za kutosha au haja za kuombea. Kwa hiyo wanasikia uzito juu ya maombi na huwahusudu watu wanaoweza kuomba mfululizo bila ugumu wowote. Ukiendelea kuomba kwa saburi na moyo wako wote, utapewa nguvu kutoka juu za kuomba kwa saa nyingi kwa siku. Mungu hukupatia neema yake na nguvu za kuomba unapojitahidi uwezavyo kumwomba yeye bila kukoma..

Kwa njia hii, imani yako hukomaa kwa maombi yasiyokoma. Unapofika kiasi cha juu cha imani katika kiwango cha tatu, utakuwa na imani isiyotikisika bila kwenda kushoto au kulia katika majaribu na matatizo yoyote.

Kupita mwamba wa imani

Ukisimama juu ya mwamba wa imani, Mungu hukupenda, hutatua matatizo yako, na kukupatia jibu la kila uombalo. Pia unaweza kusikiliza sauti ya Roho Mtakatifu, kufurahi na kushukuru katika hali zozote kama Mungu anavyoamuru, na kuwa chonjo kwa kuomba bila kukoma kwa sababu unaishi katika Neno lililoandikwa katika vitabu sitini na sita vya Biblia.

Kama wewe ni mhudumu, mzee wa kanisa, mchungaji, au kiongozi katika kanisa lakini huwezi kusikiliza sauti ya Roho Mtakatifu, ni lazima ujue kwamba bado hujasimama juu ya mwamba wa imani. Hii si lazima imaanishe kwamba unaweza kusikia sauti ya Roho Mtakatifu unaposimama juu ya mwamba wa imani peke yake.

Hata waamini wapya wanaweza kusikia sauti yake wanapotii Neno la Mungu wanapokuwa wanajifunza. Kwa sababu ya utiifu wao kwa Neno, haichukui muda mrefu kwa imani ya waamini wapya kukua kutoka kwenye kiwango cha kwanza hadi kiasi cha mwamba wa imani.

Tangu nilipomkubali Bwana, nilianza kuelewa neema ya Mungu moyoni mwangu na kujaribu kutii Neno huku nikiwa ninajifunza. Kwa sababu ya jitihada hizi, niliweza kusikia sauti ya Roho Mtakatifu na nikaongozwa na yeye kwa sababu nilitii Neno kwa moyo wangu wote na hisia za kujikaza kwamba nikilazimika ningetoa hata uhai wangu kwa furaha kwa ajili ya Bwana.

Ilinichukua miaka mitatu kusikia sauti ya Roho Mtakatifu waziwazi. Kwa kweli unaweza kusikia sauti yake katika mwaka mmoja au miwili kama utasoma Neno la Mungu kwa bidii, uliweke akilini, na ulitii. Lakini hutasikia sauti ya Roho Mtakatifu hata kama umemaliza miaka mingapi ukiwa mwamini ikiwa umeishi kwa kufuata mawazo yako mwenyewe bila kutii Neno.

Kuna waamini wengine wasemao, "Nilikuwa nikijazwa na Roho Mtakatifu na nikawa na imani nzuri. Nilitumikia kanisa sana. Lakini imani yangu imerudi nyuma tangu nilipokwaa kiroho kwa sababu ya mshirika mwingine wa kanisa." Katika kisa hicho huyo mtu hawezi kusemwa kwamba alikuwa na imani nzuri awali na alitumikia kanisa kwa bidii.

Licha ya hilo, kwanza, kama watu kama hao walikuwa na imani nzuri kweli, hawapaswi kuwa wameanguka kwa sababu ya mshirika mwingine, na hawangekuwa wameacha imani yao. Ilikuwa inawezekana kwao kufanya kama walivyofanya kwa sababu walikuwa na imani ya kimwili peke yake bila matendo hata kama walikuwa na ujuzi wa Neno la Mungu.

Tusiwe wapumbavu kuacha kanisa baada ya kutatizana na

washirika wengine wa kanisa. Itahuzunisha sana utakapomsaliti Mungu aliyekukomboa kutoka dhambini na akakupa uhai wa kweli, halafu urudi katika ulimwengui unaokupeleka katika kifo cha milele, na kwa sababu umetatizana na mhudumu, kiongozi, au ndugu kanisani kwako!

Ni lazima ukubali kwamba uko mbali na mwamba wa imani ukiomba kinafiki kujionyesha tu kama mwombaji motomoto, au usikie wasiwasi na uhasama juu ya wale wanaokusengenya au kufanya umbeya juu yako. Ukiwa umesimama juu ya mwamba wa imani, hupaswi kamwe kuwa na uhasama nao bali waombee kwa upendo kwa machozi.

Katika huduma yangu yote tangu 1982, nimeona nyakati na matukio kanisani ambayo hayawezi kukubalika kabisa. Wahuduma wengine au washirika walikuwa waovu hata katika mtazamo wa mwanadamu walikuwa hawawezi kusamehewa, lakini sijawahi kuhisi chuki au uadui dhidi yao. Kama nilivyotarajia wabadilishwe, nilijaribu kuona sehemu zao nzuri zinazoweza kupendwa badala ya uovu wao.

Kwa njia hii, unaweza kutii Neno kikamilifu na ufurahie uhuru unaopewa na Neno la kweli kama una kiasi kamili cha kiwango cha tatu cha imani na usimame wima juu ya Neno la Mungu. Kisha siku zote utakuwa na furaha na shukrani wakati wote, na kuomba bila kukoma. Hutapoteza hisia za shukrani wala hutasikia huzuni. Zaidi ya hayo, utasimama wima juu ya mwamba wa Yesu Kristo bila kutikisika au kwenda kushoto au kulia.

3. Kupambana na Dhambi Kufikia Mahali pa Kumwaga Damu

Katika moyo wa wale walio katika kiwango cha pili cha imani, matakwa ya Roho Mtakatifu hupigana na matakwa ya utu wa dhambi. Lakini wale walio katika kiwango cha tatu cha imani hufukuza matakwa ya utu wa dhambi na kuishi maisha ya ushindi katika Neno kwa sababu wanafuata matakwa ya Roho Mtakatifu.

Katika kiwango cha tatu cha imani, ni rahisi kuishi maisha ndani ya Kristo kwa sababu tayari umetupa matendo ya utu wa dhambi ulipokuwa katika kiwango cha pili cha imani. Lakini ukiingia katika kiwango cha tatu cha imani, unaanza kupambana na matakwa ya utu wa dhambi, mchanganyiko wa asili ya dhambi na mwili wa nyama uliokita mizizi ndani yetu, hadi kufikia mahali pa kumwaga damu.

Matokeo yake ni kwamba, unapofika kiasi kamili cha kiwango cha tatu, huwazi tena kulingana na akili ya dhambi lakini unatii Neno kikamilifu na kufurahia uhuru katika ukweli kwa sababu tayari umeondoa kila aina na hulka za utu wa dhambi.

Umuhimu wa kuondoa utu wa dhambi

Kama unampenda Mungu na kutii Neno lake, huchukui mda mrefu kuongeza kiasi chako cha imani kutoka kiwango cha pili hadi cha tatu. Lakini ukiwa unaenda kanisani kila mara lakini hujaribu kutii Neno, huwezi kuongeza kiasi chako cha imani hadi kiwango cha juu na itakubidi ukae katika kiwango ulicho sasa – kiwango cha pili cha imani.

Ni sawa na mbegu ambayo imepandwa muda si mrefu. Kama mbegu haikupandwa kwa muda mrefu, hupoteza uhai wake. Roho yako pia inaweza kukua wakati ule peke yake unapofahamu Neno la Mungu na kulitii. Unapaswa kufanya uwezavyo kufahamu Neno na kulitii ili roho yako iwe vizuri.

Mara tu mbegu inapopandwa mchangani, ni rahisi kwake kuchipua. Kwa upande mmoja, chipukizi kinaweza kufa kinapopigwa na mvua ya mawe au kinapokanyagwa na watu, na kwa sababu hiyo chipukizi kichanga lazima kitunzwe vizuri. Vivyo hivyo, watu walio katika kiwango cha tatu cha imani lazima wawatunze wale walio katika kiwango cha kwanza au cha pili cha imani ili waweze kukua vizuri katika imani.

Kwa upande mwingine, ukikua na kuwa mti mkubwa katika imani kwa kuingia katika kiwango cha tatu cha imani, huwezi kuanguka hata kuje majaribu makali na magumu au janga juu yako. Mti mkubwa haung'olewi kwa urahisi kwa sababu umepandwa ndani sana ya ardhi, ingawa matawi yake yanaweza kuinamishwa au kuvunjwa. Vivyo hivyo, unaweza kuonekana kwa muda kama uko karibu kuanguka unapokuwa unakabiliana na majaribu na matatizo, lakini unaweza kurejesha nguvu zako na uendelee kukua katika imani kwa sababu imani yako iliyokita mizizi ndani haitikisiki katika hali zozote.

Jitihada zisizokoma kufikia kiasi kamili cha imani

Inachukuwa muda mrefu mti mchanga kukua, kuwanda, na kuzaa matunda au kukua na kuwa mti mkubwa ambapo ndege wanaweza kutua. Vivyo hivyo, si vigumu kupandisha imani yako kutoka kiwango cha pili hadi cha tatu unapoamua kufanya hivyo kwa uthabiti. Lakini inachukuwa wakati mwingi zaidi kuikuza imani yako kutoka kiwango cha tatu hadi cha nne. Hiyo ni kwa sababu ni lazima usikilize Neno la Mungu na ulielewe katika roho ili ulitii Neno lililoandikwa katika vitabu sitini na sita vya Biblia. Lakini si rahisi kufahamu mapenzi kamilifu ya Mungu Baba katika muda mfupi.

Kwa mfano, hata kama mwanafunzi atapita vizuri katika shule ya msingi, hawezi kwenda chuo au kuendesha biashara yake mwenyewe baada tu ya kufuzu kutoka shule ya msingi.

Lakini, kuna watu werevu waingiao kwenye vyuo kwa kufanya mitihani ya kuingia huko na kupita katika umri mdogo, huku wengine huingia chuo baada ya kujaribu mara nyingi.

Vivyo hivyo, unaweza kufika kiwango cha nne cha imani upesi au polepole kutegemea jitihada zako. Kwa kweli, jambo muhimu zaidi ni ukubwa wa chombo kile alicho mtu. Jitihada za chombo kidogo sio kikubwa cha kuikomaza imani yake hadi kiwango cha juu hata ingawa anaelewa Neno na ana tumaini la kuingia mbinguni na imani. Hata kidogo, chombo kikubwa kinafahamu la sawa ni lipi na kuamua kufanya jambo la sawa, na anaendelea kung'ang'ana mpaka akamilishe lengo lake.

Kwa hivyo, ni lazima uelewe jinsi ilivyo muhimu kufanya kila jitihada na kupambana dhidi ya dhambi zako kufikia mahali pa kumwaga damu ili uweze kupandisha imani yako kutoka kiwango cha tatu hadi kiwango cha nne cha imani haraka iwezekanavyo.

Kufanya kazi yako huku ukiacha dhambi

Ni lazima usipuuze kazi zako ulizopewa na Mungu huku ukiwa unapambana dhidi ya dhambi zako. Kwa mfano, kulikuwa na shemasi mkuu kanisani kwangu aliyekuwa amekuwa pamoja nami tangu kuanzishwa kwa kanisa. Yeye na mume wake, wote wawili walikuwa wanaugua magonjwa mabaya na wakaja kanisani kwangu. Wakapokea maombi yangu na wakapona.

Tangu wakati huo, alirejesha afya yake njema na akajaribu kupandisha kiasi cha imani yake, lakini hakufanya kazi za shemasi mkuu kikamilifu. Hakujitahidi kupambana na dhambi hadi kufikia mahali pa kumwaga damu, na uovu bado ulibaki moyoni mwake hata ingawa aliendelea kuja kanisani na kusikiliza Neno la Mungu kwa miaka kumi na mitano. Matendo na maneno yake pia yalionyesha picha ya wale walio katika kiwango cha pili cha imani.

Kwa bahati, aliamshwa kiroho miezi michache kabla ya kifo chake na akajaribu kumpendeza Mungu kwa kugawa na kusambaza taarifa za habari za kanisa. Alipokuwa akipokea maombi yangu mara tatu, alipewa kiwango cha tatu cha imani kwa muda mfupi.

Kwa hivyo, usipambane na dhambi zako peke yake hadi

kufikia mahali pa kumwaga damu ili uache kila aina ya uovu, lakini pia fanya kazi zako ulizopewa na Mungu kwa moyo wako wote ili uweze kupata kiasi cha juu cha imani.

Ni vigumu sana kuacha dhambi zako wewe mwenyewe, lakini ni rahisi sana ukipokea nguvu za Mungu kutoka Mbinguni.

Naomba uwe Mkristo mwenye hekima machoni pa Mungu unapokumbuka kwamba nguvu zake huwajia wale waachao kila aina ya dhambi na uovu kwa kupambana navyo hadi kufikia mahali pa kumwaga damu na pia kufanya kazi zao walizopewa na Mungu, katika jina la Bwana wetu ninaomba!

Sura ya 7

Imani ya Kumpenda Bwana kwa Kiwango cha juu sana

*"Yeye aliye na amri zangu, na kuzishika,
yeye ndiye anipendaye;
naye anipendaye
atapendwa na Baba yangu;
nami nitampenda na
kujidhihirisha kwake."*
(Yohana 14:21)

Jinsi unavyolazimika kupanda ngazi hatua kwa hatua, unapaswa kuikuza imani yako kiwango hadi kiwango mpaka ufike kiasi kamili cha imani. Kwa mfano, 1 Wathesalonike 5:16-18 inatwambia, "Furahini siku zote; 17 ombeni bila kukoma; 18 shukuruni kwa kila jambo; maana hayo ni mapenzi ya Mungu kwenu katika Kristo Yesu." Kiasi cha utiifu wa mtu wa amri hii ni tofauti kulingana na kiasi cha imani cha kila mtu.

Ikiwa uko katika kiwango cha pili cha imani, unavunjika moyo badala ya kufurahi na kushukuru unapokabiliwa na majaribu na matatizo, kwa sababu hujapewa nguvu ya kutosha kuishi kwa Neno la Mungu. Unapoingia katika kiwango cha tatu cha imani na uache dhambi kwa kupambana nazo hata kufikia mahali pa kumwaga damu, unaweza kufurahi na kushukuru katika majaribu na matatizo kwa kiasi fulani.

Hata kama bado uko katika kiwango cha tatu cha imani na ukabiliwe na matatizo makali, unaweza kutia shaka kidogo au kuwa na tashwishi, au ujilazimishe kufurahi na kushukuru kwa sababu hujaufahamu moyo wa Mungu kikamilifu.

Lakini, ukisimama wima juu ya mwamba wa imani iliyokita mizizi ya ndani sana katika kiasi cha tatu cha imani, unafurahi na kushukuru kutoka moyoni hata ingawa unakabiliwa na majaribu na matatizo. Pia, ukifika kiasi cha juu zaidi cha imani – kiwango cha nne – furaha na shukrani zitabubujika siku zote kutoka moyoni mwako. Kwa hiyo hutahuzunika au kukasirika upesi katika majaribu na matatizo, lakini badala yake unajitafakari katika njia ya unyenyekevu, ukijiuliza, 'Je, nimefanya makosa yoyote?' Matokeo yake ni kwamba, mtu yeyote afikaye katika kiwango cha nne cha imani, ambapo mtu anawezeshwa kumpenda Bwana kwa kiwango cha juu zaidi, hufanikiwa katika kila kitu anachofanya.

1. Kiwango cha Nne cha Imani

Waamini wanaposema, "Bwana wangu, ninakupenda," ungamo la wale walio katika kiwango cha pili na cha tatu cha imani, liko tofauti sana na lile la wale walio katika kiwango cha nne cha imani. Hii ni kwa sababu moyo wa kumpenda Bwana kiwastani ni jambo moja, na moyo wa kumpenda hadi kiwango cha juu zaidi ni jambo lingine. Kama tu Mithali 8:17 inavyotuahidi, "Nawapenda wale wanipendao, Na wale wanitafutao kwa bidii wataniona," wale Wampendao Bwana hadi Kufikia Kiwango cha Juu Zaidi wanaweza kupokea kila waombacho.

Kumpenda Bwana kwa upendo wa kiwango cha juu zaidi

Mababu wa imani waliompenda Mungu kufikia kiwango cha juu zaidi walijazwa bubujiko la furaha na shukrani za kweli hata walipoteseka bila kufanya makosa yoyote. Kwa mfano, nabii Danieli alimtolea shukrani Mungu kwa imani na akamwomba hata ingawa alikuwa karibu kutupwa katika tundu la simba kwa sababu ya njama iliyopangwa na watu waovu.

Bado, Mungu alipendezwa na imani yake, akawatuma malaika zake kufunga vinywa vya simba, na akawafanya wamlinde Danieli dhidi ya simba. Hii ilimfanya Danieli ampe Mungu utukufu mkuu, (Danieli 6:10-27).

Wakati mwingine, marafiki watatu wa Danieli waliungama imani yao kwa Mungu kwa Mfalme Nebkadineza hata ingawa walikuwa karibu na kutupwa kwenye tanuru ya moto uwakao kwa sababu hawakuanguka na kusujudia sanamu ya dhahabu. Katika Danieli 3:17-18, wanasema, "Kama ni hivyo, Mungu wetu tunayemtumikia aweza kutuokoa na tanuru ile iwakayo moto; naye atatuokoa na mkono wako, Ee mfalme. Bali kama si hivyo, ujue, Ee mfalme, ya kuwa sisi hatukubali kuitumikia miungu yako, wala kuisujudia hiyo sanamu ya dhahabu uliyoisimamisha."

Walishika kumwamini Mungu ambaye kwa nguvu zake kila kitu chawezekana, bila kuachilia, wakaungama kwa uthabiti kwamba walikuwa tayari kutoa maisha yao kwa ajili ya Mungu waliyemtumikia hata kama hatawaokoa kutoka kwenye tanuru ya moto uwakao.

Walikuwa waaminifu kwa kazi zao bila kutaka kulipwa chochote, na hawakulalamika kwa Mungu, hata ingawa walikabiliwa na majaribu ya kutishia maisha yao yaliyotaka kuchukua maisha yao bila sababu yoyote. Bado waliweza kufurahi na kushukuru kwa ajili ya neema ya Mungu kwa sababu wote walikuwa wanajua vizuri kwamba kwa hakika wangeenda mbinguni katika mikono ya Baba yao awapendaye hata kama wangechomwa hadi kufa katika tanuru ya moto uwakao.

Kulingana na ungamo la imani yao, Mungu aliwalinda kutoka kwenye tanuru ya moto uwakao, kwa hiyo hata unywele mmoja wa vichwa vyao haukuteketea. Mfalme alipoona kisa hiki cha miujiza, alipigwa na butwaa, na akamtukuza Mungu sana na kuwapandisha vyeo marafiki watatu wa Danieli na kuwa wakuu kuliko walivyokuwa navyo awali.

Angalia mfano huu: mtume Paulo na Sila walipigwa viboko kinyama na kutupwa katika gereza lililokuwa na giza na watu waovu wakati waliposafiri kutoka mahali pamoja hadi mahali pengine kuhubiri injili. Usiku, walikuwa wanamsifu na kumshukuru Mungu wakati tetemeko la ardhi lilipotokea kwa ghafula na milango ya gereza ikafunguka (Matendo 16:19-26).

Tuseme umepata mateso kwa sababu zisizokuwa za haki kama mababu hawa wa imani. Je, unafikiri utaweza kufurahi na kushukuru kutoka katika vilindi vya moyo wako? Ukijiona unaudhika, unakasirika, au hasira kali, ni lazima utambue kwamba uko mbali na mwamba wa imani. Ukivuka mwamba wa imani, siku zote utafurahi na kushukuru kutoka kilindi cha moyo wako hata ingawa unakabiliwa na matatizo na majaribu kwa sababu unaufahamu upaji wa Mungu. Kama una uchungu wa kuteswa kusikokuwa kwa haki, lazima kuna sababu ya kuteseka huko. Lakini kwa sababu unaweza kutambua sababu kwa msaada wa Roho Mtakatifu, basi unaweza kufurahi na kushukuru.

Na Daudi je, huyu alikuwa mfalme mkuu zaidi wa Israeli. Kwa sababu ya uasi wa mwanawe Absalomu, Mfalme Daudi alipinduliwa na akatoroka, na akaishi bila chakula na makao. Licha ya kung'atuliwa, Daudi alipigwa mawe na kulaaniwa na mtu wa kawaida tu aliyeitwa Shimei. Mmoja wa watumishi wa Daudi alimwomba mfalme amwue Shimei, lakini Daudi akakataa ombi lake, akasema, "Mwacheni alaani, kwa sababu BWANA ndiye aliyemwagiza" (2 Samweli 16:11).

Zaidi ya hilo Daudi hakutamka hata neno moja la malalamishi wakati wa majaribu yake. Alishikilia kwa nguvu kumpenda na kumtegemea Mungu na akabaki akiwa thabiti katika imani yake. Katikati ya majaribu kama hayo, Daudi aliweza kuandika maneno mazuri ya sifa na amani, kama yapatikanayo katika Zaburi 23.

Katika njia hii, Daudi siku zote aliamini kwamba Mungu alifanya kazi kwa uzuri wake, hata wakati alipokuwa amesongwa na matatizo na majaribu, kwa sababu alifahamu mapenzi ya Mungu wakati wote na akamshukuru Mungu na akadondokwa na machozi ya furaha.

Baada ya Daudi kushinda majaribu yake, alikuwa mfalme aliyependwa na Mungu zaidi. Licha ya hayo, aliweza kuifanya Israeli kuwa na nguvu sana hata nchi jirani zikaleta ushuru Israeli. Kwa njia hii, Mungu alipoona imani ya Daudi, katika kila kitu akafanya kazi kwa faida ya mfalme na akambariki.

Mtii Bwana kwa furaha na upendo wa juu zaidi

Tuseme kuna mwanamume na mwanamke ambao hivi karibuni wataoana. Wanapendana sana hata kila mmoja anaona yuko tayari kutoa maisha yake, kama italazimu, kwa ajili ya mpenzi wake. Kila mmoja anataka kumpa mwenzake kile awezacho kumpa, na ampendeze wakati wote hata kwa gharama yake.

Wawili hao wana hamu ya kuwa pamoja kila mara, kwa muda mrefu, kama wanavyoweza. Hawajali juu ya hali ya hewa ya baridi hata kama watatembea pamoja katika barabara ya theluji au katika dhoruba ya ghafula. Hawasikii kuchoka au kuishiwa na nguvu hata wakikesha kuzungumza kwenye simu.

Kwa njia iyo hiyo, ukiwa unampenda Bwana kwa kiwango cha juu zaidi jinsi hawa wachumba wanaotaka kuoana hivi karibuni wapendanavyo, na uwe na moyo usiogeuka kwa ajili yake, utakuwa katika kiwango cha nne cha imani. Basi unawezaje kuonyesha upendo wako kwake? Bwana anapimaje upendo wako kwake?

Yesu anatwambia katika Yohana 14:21, "Yeye aliye na amri zangu, na kuzishika, yeye ndiye anipendaye; naye anipendaye atapendwa na Baba yangu; nami nitampenda na kujidhihirisha kwake."

Unapaswa kutii amri za Mungu kama unampenda; huu ndio ushahidi kwamba unampenda Bwana. Kama kweli unampenda, Mungu naye atakupenda na Bwana atakuwa pamoja nawe na atakuonyesha ushahidi wa kuwa pamoja nawe. Lakini, kama hutii amri zake ni vigumu kwako kupokea kibali, uthibati, au baraka za Mungu.

Je, unampenda Bwana kweli? Kama unampenda, kwa hakika utatii amri zake na umwabudu katika roho na kweli. Hutasinzia wala kulala utakapokuwa unasikiliza ujumbe. Unawezaje kuambiwa unampenda mtu kama utalala wakati anaposema nawe? Kama kwa kweli unampenda mwenzako, kusikiliza sauti yake peke yake, kutakuletea furaha kubwa.

Vivyo hivyo, kama unampenda Mungu kweli, utakuwa na furaha kamili utakaposikiliza Neno lake. Ukisinzia au kuchoshwa, ni wazi kwamba humpendi Mungu. 1 Yohana 5:3 inatukumbusha, "Kwa maana huku ndiko kumpenda Mungu, kwamba tuzishike amri zake; wala amri zake si nzito."

Kusema kweli kwa wale wampendao Mungu, si vigumu kutii amri za Mungu. Kwa hivyo unaweza kutii amri zake kikamilifu unapopata imani ya kumpenda Mungu kweli. Unazitii katika imani na upendo kutoka katika vilindi vya moyo wako, badala ya kuzitii bila kupenda au kuziona amri zake ni mzigo.

Pamoja na hilo, ukiingia katika kiwango cha nne cha imani, unatii kila Neno la Mungu kwa furaha kwa sababu unampenda sana, kama vile mshiriki mmoja anavyotaka kutoa kila kitu atakachoombwa na mwenzake na kumfanyia kila atakachotaka.

Waovu hawawezi kukudhuru

Wale Wampendao Bwana hadi Kufikia Kiwango cha Juu Zaidi hutakaswa kabisa kwa kutii Neno kikamilifu, kama vile 1 Wathesalonike 5:21-22 inavyotwambia, "Jaribuni mambo yote; lishikeni lililo jema; jitengeni na ubaya wa kila namna."

Mungu anakutuza namna gani wakati unapoacha dhambi kwa kupambana nazo kufikia mahali pa kumwaga damu, na pia kuondoa kila aina ya ubaya? Ushahidi wa kukupenda wewe anauonyeshaje? Mungu hutoa ahadi nyingi za baraka kwa wale wanaotimilisha utakatifu na usafi kwa sababu anakupa zawadi sawa na unavyopanda na unavyofanya.

Kwanza, kama 1 Yohana 5:18 inavyotwambia, "Twajua ya kuwa kila mtu aliyezaliwa na Mungu hatendi dhambi; bali yeye aliyezaliwa na Mungu hujilinda, wala yule mwovu hamgusi," unapata kuzaliwa na Mungu. Utakuwa mtu wa roho wakati unapoacha kutenda dhambi kwa sababu unang'ang'ana kuishi kwa Neno la Mungu na kuacha dhambi kwa kupambana nazo hadi kufikia mahali pa kumwaga damu. Kisha adui mwovu ibilisi hawezi kukudhuru tena kwa sababu Mungu anakuweka salama.

Ifuatayo, 1 Yohana 3:21-22 inaahidi, "Wapenzi, mioyo yetu isipotuhukumu, tuna ujasiri kwa Mungu; 22 na lo lote tuombalo, twalipokea kwake, kwa kuwa twazishika amri zake, na kuyatenda yapendezayo machoni pake." Moyo wako haukuhukumu wakati unapompendeza Mungu kwa kutii amri zake na pia kuacha kila aina ya ubaya.

Una uhakika mbele za Mungu na unapokea kutoka kwake kila unachoomba kama Mungu anavyokuahidi. Yeye hadanganyi wala kubadili mawazo yake; Hutimiza kila anachosema na kila anachoahidi (Hesabu 23:19). Kwa hiyo, hukupatia chochote uombacho kama unampenda kwa kiwango cha juu zaidi na tena utatakaswa.

Hata nilipokuwa mwamini mpya tu, nilisikia kuvunjika moyo wakati jumbe au ibada zilikuwa fupi kwa sababu nilitaka kujua mengi zaidi kuhusu mapenzi ya Mungu na kupokea neema yake.

Ningeweza kufikia kiasi kamili cha imani katika muda mfupi kwa sababu nilifanya nilivyoweza kuishi kwa Neno mara tu nilipolielewa.

Matokeo yake ni kwamba, hivi leo ninatoa mambo yote mbele za Mungu hata maisha yangu mwenyewe bila kubakisha kwa roho yangu yote, kwa moyo wangu wote, kwa akili zangu zote, na kuishi kwa Neno peke yake ili niweze kumpenda kwa kiwango cha juu zaidi na kumpendeza. Hata ingawa ninampatia kila nilicho nacho, siku zote ninatamani ningempatia zaidi. Mke wangu na watoto pia wamejitoa kwa Bwana na mioyo yao yote kwa kuwa niliwafundisha kuishi namna hiyo. Ukisikia uzito katika kuishi maisha yako ya Kikristo, unahitaji kuwa na kiu ya Neno la Mungu, jaribu kumwabudu katika roho na kweli, na ung'ang'ane kwa Neno peke yake.

2. Nafsi Yako Hufanikiwa

Watu katika kiwango cha nne cha imani siku zote huishi kwa Neno, kama waungamavyo kwa mioyo yao yote, kwa sababu wanatafakari wakati wote na kusema, "Nitafanya nini nimpendeze Mungu?" na matendo ya utiifu kwa hakika hufuata ungamo la imani litokalo moyoni. Hii ni kwa sababu wanampenda kwa kiwango cha juu zaidi.

Anawaahidi watu kama hao katika 3 Yohana 1:2: "Mpenzi naomba ufanikiwe katika mambo yote na kuwa na afya yako, kama vile roho yako ifanikiwavyo." Maana ya "roho yako hufanikiwa" ni nini? Ni baraka aina gani zinatolewa?

Nafsi Yako Hufanikiwa

Mwanadamu alipoumbwa mara ya kwanza, Mungu alimpulizia pumzi ya uhai na akawa roho inayoishi. Alitengenezwa na roho, kupitia kwa hiyo aliweza kuwa na ushirika na Mungu; nafsi ilitawaliwa na roho; mwili ambao roho na nafsi hukaa ndani yake na ungeweza kuishi milele kama roho iliyo hai (Mwanzo 2:7; 1 Wathesalonike 5:23).

Kwa hivyo, yule ambaye nafsi yake hufanikiwa anaweza kutawala vitu vyote na kuishi milele kama vile mtu wa kwanza Adamu alivyowasiliana na Mungu na akatii mapenzi yake kikamilifu.

Hata hivyo, mtu wa kwanza Adamu alivunja amri ya Mungu na akapoteza baraka zote ambazo Mungu alikuwa amempatia. Mungu alikuwa amemwamuru, "BWANA Mungu akamwagiza huyo mtu, akisema, Matunda ya kila mti wa bustani waweza kula, walakini matunda ya mti wa ujuzi wa mema na mabaya usile, kwa maana siku utakapokula matunda ya mti huo utakufa hakika" (Mwanzo 2:16-17). Adamu akavunja amri ya Mungu na wakala kutoka kwa mti wa ujuzi. Mwishowe, roho yake – ambayo kupitia kwa hiyo angeweza kuwasiliana na Mungu – ikafa na akafukuzwa kutoka kwenye Bustani ya Edeni.

Hapa, kusema "roho yake ikafa" haimaanishi kwamba roho ya Adamu iliisha kabisa lakini ilipoteza uwezo wake wa asili. Roho inapaswa kuchukua jukumu la bwana, lakini nafsi ikachukua jukumu la roho kwa kuwa roho ilikufa. Mtu wa kwanza Adamu kama roho iliyo hai alikuwa amewasiliana na Mungu ambaye ni Roho. Walakini, roho ya Adamu ilikufa kwa sababu ya kutotii kwake na kwa hiyo hangeweza kuwasiliana na Mungu tena. Hivyo basi, akawa mtu wa nafsi, ambayo ilikuwa sasa ndiyo bwana wake na ikamtawala badala ya roho yake.

"Nafsi" ni ule mfumo wa kumbukumbu katika ubongo na kila aina ya kumbukumbu na fikira ambayo kwa hiyo kumbukumbu zilizohifadhiwa hutolewa tena. Mtu wa nafsi maanake ni kwamba hamtegemei Mungu tena bali hutegemea ujuzi na nadharia za kibinadamu. Kupitia kwa kazi ya kila mara ya adui Shetani juu ya fikira za mwanadamu – nafsi – udhalimu na uovu humkurupukia mwanadamu na ulimwengu umejaa uovu kama vile mwanadamu alivyoupokea. Watu wamechafuliwa na dhambi zaidi na wamekuwa wafisadi kizazi hadi kizazi.

Mtu wa kwanza Adamu kama mtu wa roho pia na Bwana wa vitu vyote alifurahia uzima wa milele kwa sababu roho yake ilitumika kama bwana wake na ingeweza kuwasiliana na Mungu. Giza lilipougubika moyo wake, ambao ulikuwa umejaa ukweli peke yake, kupitia kwa kutotii kwake moyo wake polepole uliingia chini ya utawala wa adui Shetani, ambaye ni mfalme wa nguvu za giza.

Kwa sababu hiyo, uzao wa Adamu aliyekosa kutii umekuwa kama wanyama ambao wana nafsi na mwili bila roho. Wamekuwa wakiishi katika kila aina ya uovu kama vile uongo, uzinzi, chuki, uuaji, husuda na wivu, ambavyo vyote viko kinyume na Neno la Mungu (Mhubiri 3:18).

Lakini, Mungu wa upendo alifungua njia ya wokovu kupitia kwa Mwanawe Yesu Kristo, na akamtoa Roho Mtakatifu kama zawadi kwa mtu yeyote aliyemkubali Yesu Kristo ili roho yake iliyokufa ipate kufufuliwa. Mtu yeyote akimpokea Roho Mtakatifu kama zawadi kwa kumkubali Yesu Kristo, roho yake iliyokufa hufufuka. Zaidi ya hilo, akimruhusu Roho Mtakatifu azae roho ndani yake, polepole huwa mtu wa roho.

Mtu kama huyo anaweza kufurahia baraka zote sawa na vile mtu wa kwanza Adamu alivyofanya kama roho inayoishi kwa sababu nafsi yake huendelea vizuri. Hii ni kusema kwamba roho yake huwa bwana na sasa nafsi yake yote huitii hiyo roho. Huu ndio utaratibu wa ukuaji wa imani yako na utaratibu wa ufanisi wa nafsi yako.

Wewe uko katika kiwango cha kwanza cha imani unapomkubali Yesu Kristo na kumpokea Roho Mtakatifu. Unaweza sasa ukasimama juu ya mwamba wa imani na ukaishi kwa Neno peke yake kupitia kwa vita vikali kati ya roho yako ifuatayo matakwa ya Roho Mtakatifu, na nafsi yako ifuatayo matakwa ya hali ya dhambi. Ukifika kiwango cha nne cha imani, unakuwa mtakatifu na unafanana na Bwana kwa sababu roho yako huwa bwana wako.

Roho yako hudhibiti/hutawala nafsi yako

Wakati roho yako inaposimamia nafsi yako kama bwana na

nafsi yako itiipo usimamizi wa roho yako kama mtumishi, husemekana kuwa "nafsi yako hufanikiwa." Kisha, kama kawaida utafanana na moyo na mtazamo wa Bwana, kama Wafilipi 2:5 inavyotwambia, "Iweni na nia iyo hiyo ndani yenu ambayo ilikuwamo pia ndani ya Kristo Yesu."

Wakati roho yako inaposimamia nafsi yako, Roho Mtakatifu husimamia moyo wako 100% kwa sababu Neno la kweli la Mungu hudhibiti moyo wako na kwa hiyo, hutegemei tena fikira zako. Kwa maneno mengine, unaweza kutii Neno la Mungu sawa sawa kwa sababu umevunja kila aina ya fikira za kimwili na badala yake moyo wako unakuwa ukweli wenyewe.

Kwa njia hii, unapokuwa mtu wa roho na unaongozwa na Roho Mtakatifu, unaweza kuepuka aina yoyote ya matatizo au majaribu na uwekwe huru kutokana na hatari katika hali zote. Kwa mfano, hata kama janga la kimaumbile au ajali isiyotarajiwa inapofanyika, utakuwa tayari umesikia sauti ya Roho Mtakatifu ikikuamsha ili ukimbie mahali pale na uwe katika usalama.

Kwa hiyo, nafsi yako inapofanikiwa, unatoa njia zako zote kwa Mungu kwa moyo mtiifu. Halafu yeye husimamia moyo wako na fikira zako, hukuongoza katika njia zako zote, na kukubariki kwa afya nzuri.

Juu ya hili Kumbukumbu la Torati 28 inaeleza ifuatavyo:

Na baraka hizi zote zitakujilia na kukupata usikiapo sauti ya BWANA, Mungu wako. Utabarikiwa mjini, utabarikiwa na mashambani. Utabarikiwa uzao wa tumbo lako, na uzao wa nchi yako, na uzao wa wanyama wako wa mifugo, maongeo ya ng'ombe wako, na wadogo wa kondoo zako. Litabarikiwa kapu lako, na chombo chako cha kukandia unga. Utabarikiwa uingiapo, utabarikiwa na utokapo. (Kumbukumbu la Torati 28: 2-6).

Kwa hivyo, wale wanaolitii Neno la Mungu kwa sababu nafsi zao hufanikiwa hawatapokea tu uzima wa milele kule Mbinguni, bali pia watafurahia kila aina ya baraka za kiafya, vitu, na ufanisi hata katika ulimwengu huu.

Mambo yote yakuendee vizuri

Yusufu, mwana wa Yakobo, aliwekwa katika hali ya kukata tamaa: ndugu zake wenyewe walimwuza alipokuwa kijana na akapelekwa Misri, na huko akatiwa gerezani akavunjiwa heshima bila yeye kufanya makosa yoyote.

Ingawa alikuwa katika hali ngumu, Yusufu hakuvunjika moyo bali alijitoa kwa uongozi wa mwenyezi Mungu. Kwa sababu ya imani yake kuu, Mungu mwenyewe alisimamia mambo yote kwa ajili ya Yusufu na akamtayarishia kila kitu alichohitaji. Kwa hiyo, mambo yote yakamwendea Yusufu vizuri na akaheshimiwa sana kwa kuwa waziri mkuu wa Misri.

Kwa hiyo, hata ingawa Yusufu alikuwa amepelekwa Misri katika ujana wake na akafanywa mtumwa na Mmisri huko, hatimaye alifanywa asimamie Misri na akaweza kuokoa familia yake pamoja na watu wa Misri kutokana na kiangazi cha miaka saba. Licha ya hayo, aliweka msingi wa watu wa Israeli kuishi huko.

Leo, kuna zaidi ya watu bilioni sita duniani. Kati yao, zaidi ya bilioni moja wanamwamini Yesu Kristo. Kati ya hao Wakristo bilioni moja, kama kuna watoto wa Mungu ambao hawana mawaa wala kasoro, watapendwa sana na Yeye! Yeye yuko nao siku zote na huwabariki katika njia zao zote. Matatizo yanapowangojea, atailazimisha mioyo yao iepuke matatizo hayo au awaongoze waombe. Kwa kuwaongoza waombe, Mungu hupokea maombi yao na kuondoa matatizo yale kwa sababu yeye ni Mungu wa haki.

Miaka michache iliyopita, nilikaribishwa nikanene katika Kongamano la Uinjilisti kule Los Angeles. Kabla sijaondoka, nikasikia Mungu ananihimiza kwa nguvu niombee hilo kongamano. Basi nikamakinikia kuombea hilo kongamano katika nyumba ya maombi ya mlimani kwa wiki mbili. Sikujua kwa nini Mungu alikuwa amenihimiza kwa nguvu niombee kongamano hilo mpaka nikawasili Los Angeles.

Adui Shetani na ibilisi walikuwa wamewachochea watu waovu wazuie kongamano lisifanyike, na shughuli hiyo ilikuwa karibu kukatizwa. Baada ya kupokea maombi yangu na maombi ya washirika wa kanisa langu, Mungu akaharibu hila zao za kijanja mapema.

Kwa hivyo, wakati nilipowasili Los Angeles, nilipata kila kitu kilikuwa tayari kwa ajili ya hilo kongamano, ambalo niliweza kuliendesha kwa ufanisi bila ugumu wowote. Licha ya hayo, nikaweza kumpa Mungu utukufu mkuu kupitia nafasi ya kusema maombi ya mwisho ya baraka kwa Baraza la Jiji la Los Angeles, na nikapokea uraia wa heshima kutoka kwa serikali ya jimbo la Los Angeles.

Kwa njia hii, yule ambaye roho yake hufanikiwa humwachia Mungu mambo yote. Unapomwachia Mungu mambo yote katika maombi bila kutegemea fikira zako, mapenzi yako, wala mpango wako, Mungu husimamia akili yako na kukuongoza ili mambo yote yakuendee vizuri.

Hata ukipatwa na tatizo, Mungu katika mambo yote hufanya kazi kwa wema wako unapotoa shukrani kwa Mungu hata ukabiliwapo na hali ngumu kwa sababu unaamini kwa uthabiti kwamba Mungu huiruhusu hali hiyo ije kwako katika mapenzi yake. Wakati mwingine, unaweza kukabiliwa na tatizo unapofanya jambo kulingana na uzoefu wako mwenyewe au fikira zako bila kumtegemea Mungu, lakini hata wakati huo, Mungu hukusaidia mara moja unapotambua kosa lako na kutubu.

Kudhibitiwa kabisa na Roho Mtakatifu

Ukisimama juu ya mwamba wa imani, aina zote za tashwishi hukuacha na ukaamini uhai wa Mungu kwa uthabiti na kuamini kazi zake kama vile kumfufua Bwana na kurudi kwake, uumbaji wa kitu bila kutumia kitu chochote, na kujibu maombi yako.

Hivyo basi, katika majaribu yoyote na matatizo, unaweza tu kufurahia, kuomba, na kumshukuru Mungu kwa sababu huna mashaka kamwe ya kutoamini. Hata hivyo Roho Mtakatifu bado hatawali moyo wako 100% kwa sababu hujafika kiasi kamili cha utakaso. Wakati mwingine huwezi kusema kwa uwazi kabisa kama yale unayosikia ni sauti ya Roho Mtakatifu au la, na ukachanganyikiwa kwa sababu mawazo ya kimwili bado yako ndani yako.

Kwa mfano, wakati unaomba kwa ajili ya kufungua biashara, upate biashara aina fulani na uanze kuifanya, ukifikiria kwamba ndilo jibu la Mungu kwa ombi lako. Mara ya kwanza biashara hiyo itaonekana kufanikiwa, lakini baadaye itakuwa mbaya na iendelee kuwa mbaya. Kisha utatambua kwamba hukusikia sauti ya Roho Mtakatifu bali ulitegemea fikira zako mwenyewe.

Kwa hivyo, wale wasimamao juu ya mwamba wa imani, mara nyingi sana wanafanikiwa kwa sababu wanaelewa kweli na wanaishi kwa Neno lakini bado hawajakuwa wakamilifu katika imani kwa kuwa hawajaingia kiwango ambacho wakiwa hapo wanaweza kumwachia Mungu kila kitu na kumtegemea yeye peke yake.

Watu walio katika kiwango cha nne cha imani wako namna gani? Ukiwa katika kiwango cha nne cha imani, moyo wako tayari umegeuka kuwa kweli, maisha yako yameongozwa na Neno la Mungu, na kweli imeingizwa mwilini mwako na moyoni mwako. Moyo wako umebadilika na kuwa roho na roho yako husimamia nafsi yako kikamilifu.. kwa hiyo, huishi tena kulingana na fikira zako mwenyewe kwa sababu sasa Roho Mtakatifu anausimamia moyo wako 100%. Basi unaweza kufanikiwa kwa kila ufanyalo kwa sababu Mungu hukuongoza unapomtii unapofuata mwongozo wa Roho Mtakatifu.

Unapoomba tu ili utimize jambo fulani, unaweza kuongozwa katika njia ya ufanisi na ushindi bila kufanya makosa kwa kungojea kwa uvumilivu mpaka Roho Mtakatifu akusimamie 100%. Mwanzo 12 inatukumbusha kwamba Ibrahimu alitii na akaacha nchi yake mara tu alipoamrishwa na Mungu hata ingawa hakuwa na fununu ya mahali alipokuwa anapaswa kuenda. Lakini kwa sababu ya utiifu wake kwa mapenzi ya Mungu alibarikiwa akawa baba wa imani na rafiki wa Mungu.

Kwa hivyo, wakati Mungu anaposimamia njia zako, usiwe na wasiwasi wowote. Unaweza kufurahia baraka zako katika njia zako zote kama tu utamwamini na kumfuata yeye kwa sababu mwenyezi Mungu yuko pamoja nawe.

Matendo makamilifu ya utiifu

Ukiingia kiwango cha nne cha imani, unatii amri zote kwa furaha kwa sababu unampenda Mungu kwa kiwango cha juu zaidi. Humtii shingo upande au kwa kulazimishwa lakini unamtii kwa kutaka mwenyewe na kwa furaha itokayo katika kilindi cha moyo wako kwa sababu unampenda.

Hebu nitumie mfano nikusaidie kuelewa jambo hili vizuri zaidi. Tuseme una deni kubwa sana. Ukishindwa kulipa hilo deni mara moja, unapaswa kuadhibiwa kulingana na sheria. Vibaya zaidi, tuseme mmoja wa wanafamilia wako anahitaji kufanyiwa upasuaji wa dharura. Utavunjika moyo kama katika hali mbaya kama hiyo utakuwa huna pesa.

Basi, utafanya namna gani, kwa bahati ukipata kipande

kikubwa cha almasi barabarani? Hatua yako itategemea kiasi cha imani yako.

Kama uko katika kiwango cha kwanza cha imani unachookolewa kwa ugumu, unaweza kufikiri, 'Hii itanifanya niweze kulipa madeni yangu yote, na kulipa gharama zote za matibabu.' Hii ni kwa sababu hujajua Neno la Mungu vizuri. Utaangalia huku na hukokuona kama kuna mtu yeyote na kama hakuna ukiokote.

Kama uko katika kiwango cha pili cha imani ambapo unajaribu kuishi kwa Neno, unaweza kuwa na vita vya kiroho kati ya matakwa ya hali ya dhambi, ukisema, "Mungu amenijibu maombi yangu," na matakwa ya Roho Mtakatifu, kusema, "La, huu ni wizi. Ni lazima ukirudishe kwa mwenyewe."

Mara ya kwanza, unaweza kusitasita na kutafakari kama ukichukue au ukipeleke kwa polisi lakini mwishowe, utakitia mfukoni mwako kwa sababu uwepo wa ubaya ndani yako una nguvu kuliko uwepo wa uzuri. Kama ungekuwa huna madeni au kama ungekuwa huko katika hali ya uhitaji wa dharura namna hii, unaweza kusitasita kwa muda mfupi lakini uwapelekee polisi. Hata hivyo ubaya ulio ndani yako hatimaye unaweza kuushinda uzuri kwa sababu unajipata katika hali ya kukosa tumaini kabisa.

Ifuatayo, kama mtu yuko katika kiwango cha tatu cha imani au amesimama juu ya mwamba wa imani, akifuata matakwa ya Roho Mtakatifu, atapeleka almasi kwa polisi kwa sababu anataka kukirudisha kwa mwenyewe. Walakini unaweza kukosa thamani yake moyoni mwako ukifikiri, "Ningekuwa nimelipa madeni yangu yote na kulipia upasuaji!" Hivyo basi hatua yako bado haijakuwa kamilifu kwa sababu kwa njia hii matakwa ya udhalimu bado yamo ndani yako.

Utafanyaje katika hali tatanishi namna hii kama uko katika kiwango cha nne cha imani? Hufikiri juu ya matakwa yako mwenyewe hata kwa kuona johari ya ghali namna hiyo kwa sababu huna udhalimu moyoni mwako na dhana ya ubaya aina hiyo haiji akilini mwako.

Badala yake, unamhurumia mwenyewe, ukifikiri, "Amevunjika moyo namna gani! Nina hakika anaitafuta kila mahali. Nitaipeleka polisi mara moja!" Utafanya kama ufikirivyo na uipeleke polisi.

Kwa njia hii, kama unampenda Bwana kwa kiwango cha juu zaidi na uko katika kiwango cha nne cha imani, siku zote unatii amri za Mungu, uwe unaonekana au huonekani na mtu kwa sababu maisha yako hufuata sheria. Katika hali hii, hakuna haja ya kujaribu kutofautisha sauti ya Roho Mtakatifu na kitu kingine chochote kama vile akili yako mwenyewe ya kutenda dhambi.

Kabla hujasimama juu ya mwamba wa imani, mara nyingi unajipata katika hali ngumu kwa sababu si rahisi kwako kutofautisha kati ya mawazo yako mwenyewe na sauti ya Roho Mtakatifu. Hata kama umesimama juu ya mwamba wa imani, unaweza kushindwa kutofautisha mawazo yako mwenyewe na sauti ya Roho Mtakatifu kabisa.

Lakini, mara tu unapofika kiasi cha imani cha kiwango cha nne, huna sababu ya kusikia uzito na lako tu ni kufuata sauti ya Roho Mtakatifu kwa sababu anasimamia na kudhibiti moyo wako na akili yako 100%. Zaidi ya hayo, unapokuwa katika kiwango cha nne cha imani, hutegemei mawazo ya mwanadamu, hekima, au uzoefu lakini Bwana hukuongoza katika njia zako zote. Hivyo basi unaweza kufurahia baraka za "Yehovajire" (BWANA Atatoa) na mambo yote yatakuendea vizuri.

3. Kumpenda Mungu Bila Masharti

Ukiwa katika kiwango cha nne cha imani, unampenda Mungu bila masharti. Unatangaza injili au kufanya kazi ya Mungu kwa uaminifu bila matarajio yoyote ya kupokea baraka au majibu kutoka kwa Mungu, unaliangalia tu kama jukumu lako na kulifanya. Ndivyo ilivyo unapowahudumia majirani zako kwa upendo wa kujitoa. Unafanya hivyo bila kutarajia aina yoyote ya malipo kutoka kwao kwa sababu unapenda nafsi zao sana.

Je, wazazi huwataka watoto wao wawalipe chochote kwa sababu ya upendo wao? Hawafanyi hivyo kamwe; upendo ni kutoa. Wazazi wanashukuru tu na kufurahi kwa kuwa na watoto wanaowapenda. Kama kuna wazazi wowote wanaotaka watoto wao wawatii au wawalee watoto wao kwa kujivuna peke yake, wanatarajia malipo ya upendo wao.

Vivyo hivyo, watoto hawahitaji malipo yoyote kama wanawapenda wazazi wao kwa moyo wa kweli. Wanapofanya jukumu lao na kujaribu iwezekanavyo kuwapendeza wazazi wao, wazazi wanalazimika kutafakari, 'Nitawapa nini?'

Vivyo hivyo, ukifika kiasi cha imani ambapo unampenda Bwana kwa kiwango cha juu, ukweli kwamba ulipokea neema ya wokovu unatosha kukuongoza kumshukuru Mungu, na kwa hiyo unasikia kwamba hakuna namna ya kumlipa neema yake na huwezi kuacha kupenda kweli na kumpenda Mungu bila masharti.

Kwa hivyo, kama una imani ya kumpenda Mungu bila masharti yoyote, utaomba, utafanya kazi, na utahudumu usiku na mchana kwa ajili ya ufalme wa Mungu na haki yake, na usitazamie malipo yoyote kwa hayo

Kumpenda Mungu kwa moyo usiogeuka

Katika Matendo 16:19-26 kuna Paulo na Sila ambao, hata ingawa walikuwa wamefanya mema kama vile kuhubiri injili kwa Mataifa na kuwatoa pepo, walishikwa na wakaburutwa hadi sokoni na watu waovu. Huko walivuliwa nguo, na wakapigwa mijeledi kinyama, na wakatupwa gerezani. Waliingizwa katika seli ya ndani na miguu yao ikafungwa kwenye mikatale. Kama ni wewe ungefanyaje?

Kama uko katika kiwango cha kwanza au cha pili cha imani, unaweza kulalamika au kuguna, "Mungu, wewe kweli uko hai? Tumekufanyia kazi kwa uaminifu mpaka sasa. Kwa nini unaruhusu tutiwe gerezani?"

Katika kiwango cha tatu cha imani, unaweza kuwa hutasema maneno kama hayo bali unaweza kuomba kwa sauti iliyofadhaika: "Mungu, umetuona tukidhihakiwa namna hii huku tukiwa tunaeneza injili kwa ajili yako. Haya yote yanaumiza sana. Tafadhali tuponye na utuweke huru!" Hata hivyo Paulo na Sila, walimshukuru Mungu na wakamwimbia sifa hata ingawa walikuwa katika hali mbaya isiyokuwa na tumaini, na walikuwa hawana habari ya kile kitakachofanyika kwao. Kwa ghafula, kukawa na tetemeko zito la ardhi na misingi ya gereza ikatikiswa. Mara moja, milango yote ya gereza ikafunguka na minyororo ya kila mtu ikafunguka. Kando na muujiza huu, askari jela na familia yake waliikubali injili ya Yesu Kristo na wakapokea wokovu.

Kwa hiyo, watu katika kiwango cha nne cha imani wanaweza kumtukuza Mungu katika kisa hiki kwa sababu wana imani yenye nguvu ambayo kwa hiyo wanaweza kuomba na kumsifu Mungu kwa furaha katika majaribu na matatizo yoyote.

Kutii kila kitu kwa furaha

Katika Mwanzo 22, Mungu anamwamuru Ibrahimu amtoe sadaka mwanawe wa pekee Isaka, mwana wa ahadi ya Mungu, kama sadaka ya kuteketezwa. Sadaka ya kuteketezwa ni sadaka itolewayo kwa Mungu kwa kumkatakata mnyama vipande vipande, na kuviweka juu ya kuni zilizopangwa juu ya madhabahu na kuvichoma.

Ilimchukua Ibrahimu siku tatu kufika eneo la Moria, ambapo alipaswa kumtoa mwanawe Isaka kama sadaka ya kuteketezwa kwa kutii amri ya Mungu. Unafikiri akilini mwake mlikuwa na nini katika safari hiyo ya siku tatu? Watu wengine huhoji kwamba Ibrahimu alienda huko mawazo yake yakiwa yanagongana: 'Nimtii au nisimtii?' Hata hivyo, haikuwa hivyo. Ni lazima ujue kwamba watu katika kiwango cha tatu cha imani hujaribu kumpenda Mungu kwa sababu wanajua wanapaswa kumpenda Mungu.

Lakini watu walio katika kiwango cha nne cha imani humpenda tu, bila kujaribu kumpenda. Mungu alijua kimbele kwamba Ibrahimu angemtii kwa furaha na akaijaribu imani yake. Walakini, haruhusu jaribu ngumu kama hilo kwa watu ambao hawawezi kumtii.

Ndiyo sababu Waebrania 11:19 inatoa kauli kwamba, "Akihesabu ya kuwa Mungu aweza kumfufua hata kutoka kuzimu; akampata tena toka huko kwa mfano." Ibrahimu aliweza kutii amri yake kwa furaha kwa sababu aliamini kwamba Mungu angemfufua mwanawe kutoka kwa wafu. Mwishowe, Ibrahimu akaupita huo mtihani wa imani na akapokea baraka nyingi sana. Akawa baba wa imani, akibariki mataifa yote, na pia akaitwa "rafiki wa Mungu."

Kama wewe ni aina ya mtu anayemtii Mungu kwa furaha, siku zote unashukuru na kufurahia katika aina yoyote ya majaribu na matatizo. Huna chaguo ila kumshukuru Mungu kutoka vilindi vya moyo wako na uombe kwa sababu unajua kwamba Mungu katika mambo yote hufanya kazi kwa uzuri wako na hukupa baraka kupitia kwa hayo majaribu na mateso.

Mungu hupendezwa na hiyo imani na hukupa kila uombacho. Hiyo ndiyo sababu Yesu anatwambia katika

Mathayo 8:13, "Na iwe kwako kama ulivyoamini." Mtumishi wake akapona saa ile ile," na katika Mathayo 21:22, "Na yo yote mtakayoyaomba katika sala mkiamini, mtapokea."

Kama bado una ombi ambalo halijajibiwa, inathibitisha kwamba bado hujamwamini kikamilifu bali una mashaka. Kwa hivyo, unapaswa kufika daraja la kumpenda Mungu bila masharti kwa kumtii kwa furaha kutoka moyoni mwako katika hali zozote.

Kukubali kila kitu kwa upendo na huruma

Utafanya nini kama mtu atakulaumu na kukushitaki bila sababu yoyote? Kama uko katika kiwango cha pili cha imani, hutaweza kuvumilia na utalalamika au kugombana juu ya jambo hili. Kando na hilo, kama una uovu mwingi zaidi akilini mwako, unakuwa na hasira za haraka na unaweza kumtukana. Hata hivyo, si sawa kwa waamini katika Mungu kuonyesha aina yoyote ya ubaya kama vile hasira, ghadhabu, au lugha ya matusi, kama isemwavyo katika 1 Petro 1:16, "Mtakuwa watakatifu kwa kuwa mimi ni mtakatifu."

Ukiwa uko katika kiwango cha tatu cha imani, utafanyaje? Unasikia uchungu na wasiwasi kwa sababu Shetani yuko kazini katika fikra zako bila kukoma. Hii ni kwa sababu hata ukifikiria akilini mwako kwamba unapaswa kufurahia, utapungukiwa na shukrani na furaha kububujika kutoka moyoni mwako.

Kama uko katika kiwango cha nne cha imani, akili yako haitikiswi na huhisi kukasirika hata ingawa watu wengine wanaweza kukuchukia au kukutesa bila sababu, kwa sababu tayari umeacha kila aina ya ubaya.

Yesu hakuhisi wasiwasi wala uchungu hata ingawa alikutana na mateso, hatari, dhihaka na kuchukuliwa kwa ubaya na watu huku akihubiri injili. Hakusema chochote kama, "Nimefanya mazuri peke yake, lakini watu waovu walinitesa hata wakajaribu kuniua nimeshtuka sana." Hakusema chochote ila badala yake alisema, neno lenye uzima kwao.

Kama uko katika kiwango cha nne cha imani, umefanana na moyo wa Bwana. Sasa unawalilia wale wanaokutesa na kuwaombea badala ya kuwachukia au kusikia uhasama kwao. Unawasamehe na kuwaelewa, ukiwakubali kwa upendo na huruma.

Kwa hivyo, ninatumaini utaelewa kwamba katika hali hizo hizo, watu wenye hasira kali au wenye kuwachukia wengine husikia uchungu na kufadhaika huku wale wasamehao na kukubali wengine kwa upendo na huruma hawahisi wasiwasi, na huushinda ubaya kwa wema.

4. Kumpenda Mungu Kuliko Mengine Yote

Ukifikisha kiwango cha juu zaidi cha kumpenda Bwana, unatii amri kikamilifu na roho yako inakuwa vizuri. Ni kawaida kwako kumpenda Mungu kuliko mengine yote. Hiyo ndiyo sababu mtume Paulo aliungama katika Wafilipi 3:7-9 kwamba alichukulia kila kitu alichokuwa nacho kama hasara na alipoteza vitu vyote kwa sababu alivichukulia kama "takataka":

> Lakini mambo yale yaliyokuwa faida kwangu, naliyahesabu kuwa hasara kwa ajili ya Kristo. Naam, zaidi ya hayo, nayahesabu mambo yote kuwa hasara kwa ajili ya uzuri usio na kiasi wa kumjua Kristo Yesu, Bwana wangu; ambaye kwa ajili yake nimepata hasara ya mambo yote nikiyahesabu kuwa kama mavi ili nipate Kristo; tena nionekane katika yeye, nisiwe na haki yangu mwenyewe ipatikanayo kwa sheria, bali ile ipatikanayo kwa imani iliyo katika Kristo, haki ile itokayo kwa Mungu, kwa imani.

Unapompenda Mungu kuliko mengine yote

Yesu anatufundisha katika hizo Injili Nne aina ya baraka zipewazo wale watupao kila kitu walicho nacho na kumpenda Mungu kuliko mengine yote kama vile alivyofanya mtume Paulo. Katika Marko 10:29-30 anatuahidi kwamba angewapatia baraka mara mia moja katika ulimwengu huu na uzima wa milele katika ulimwengu ujao.

Yesu akasema, Amin, nawaambieni, Hakuna mtu aliyeacha nyumba, au ndugu waume, au ndugu wake, au mama, au baba, au watoto, au mashamba, kwa ajili yangu, na kwa ajili ya Injili, ila atapewa mara mia sasa wakati huu, nyumba, na ndugu waume, na ndugu wake, na mama, na watoto, na mashamba, pamoja na udhia; na katika ulimwengu ujao uzima wa milele.

Kirai "aliyeacha nyumba au ndugu waume au ndugu wake au mama, au baba, au watoto au mashamba, kwa ajili yangu na kwa ajili ya injili" kiroho kinamaanisha kwamba hutamani tena vitu vya ulimwenguni, kuvunja uhusiano wa kimwili, na kumpenda Mungu ambaye ni Roho zaidi ya vitu vingine vyote unavyoweza kuvipenda.

Kwa kweli, si lazima iwe inamaanisha kwamba hupendi watu wengine ati kwa sababu unampenda Mungu kwanza. Juu ya hilo 1 Yohana 4:20-21 anatwambia, "Mtu akisema, Nampenda Mungu, naye anamchukia ndugu yake, ni mwongo; kwa maana asiyempenda ndugu yake ambaye amemwona, hawezi kumpenda Mungu ambaye hakumwona. 21 Na amri hii tumepewa na yeye, ya kwamba yeye ampendaye Mungu, ampende na ndugu yake."

Watu husema kwamba wazazi huzaa miili ya watoto wao. Mtu hutungwa ndani ya tumbo kwa muungano wa mbegu za baba na yai la mama. Hata hivyo, mbegu hizo na yai hilo vya wazazi hutengenezwa na Mungu Muumba, na sio wazazi wenyewe.

Zaidi ya hayo, mwili uonekanao hurudi na kuwa konzi ya vumbi baada ya kufa. Kwanza mwili ni nyumba tu ambamo roho na nafsi hukaa. Bwana wa kweli wa mwanadamu ni roho na ni Mungu mwenyewe anayetawala roho. Kwa hiyo, tunapaswa kumpenda Mungu zaidi ya kitu kingine chochote kama tunaelewa kwamba Mungu peke yake anaweza kutoa uzima wa kweli, uzima wa milele na mbinguni kwetu.

Nilikuwa nikatangatanga mbele ya lango la kifo kwa sababu

nilikuwa nimeugua aina zote za magonjwa yasiyo na tiba kwa miaka saba. Nikaponywa kabisa kimiujiza nilipokutana na Mungu aishiye. Kuanzia wakati huo na kwendelea, nimempenda zaidi ya vitu vingine vyote na amenipa baraka nyingi sana..

Zaidi ya yote, nimesamehewa dhambi zangu zote na nikapokea wokobu na uzima wa milele. Juu ya hilo, mambo yote yaliniendea vizuri na nilifurahia afya nzuri nafsi yangu ilipofanikiwa. Baadaye Mungu aliniita niwe mtumishi wake ili nikamilishe misheni ya ulimwengu na akanipa nguvu.

Amenifunulia mambo ambayo bado hayajafanyika. Pia amenitumia wahuduma wengi wazuri na wafanya kazi waaminifu wa kanisa na akaruhusu kanisa langu liongezeke kwa wingi wa watu, ili niweze kupata upaji wa Mungu.

Wakati huu, amenibariki ili nipendwe na washirika na wale wasioamini pia. Ameongoza familia yangu impende zaidi ya kitu chochote au mtu yeyote, na amewalinda na aina zote za magonjwa na ajali tangu walipomkubali Bwana; hakuna hata mmoja aliyekunywa dawa au kulazwa hospitali. Kwa njia hii, amenibariki sana hata sina ninachokosa.

Kutimiza upendo wa kiroho

Kama unampenda Mungu zaidi ya kitu kingine chochote, unaishi katika wingi kwa sababu anakuongoza chini ya kila hali na hivyo furaha ya kweli kutoka juu huja moyoni mwako kwa mjazo.

Hivyo basi unawashirikisha wengine huo upendo ububujikao

kwa sababu upendo wa kiroho huja kwa mjazo juu yako. Unaweza kupenda watu wote kwa upendo wa milele usiobadilika kwa sababu hakuna ubaya kamwe akilini mwako. Upendo wa kiroho unaelezwa kwa kina katika 1 Wakorintho 13:4-7:

> Upendo huvumilia, hufadhili; upendo hauhusudu; upendo hautakabari; haujivuni; haukosi kuwa na adabu; hautafuti mambo yake; hauoni uchungu; hauhesabu mabaya; haufurahii udhalimu, bali hufurahi pamoja na kweli; huvumilia yote; huamini yote; hutumaini yote; hustahimili yote.

Leo, kuna migongano, hali ya kutoelewana, na mizozo ulimwenguni na magombano kati ya waume na wake zao au kati ya wanafamilia katika nyumba nyingi kwa sababu hakuna upendo wa kiroho ndani yao. Siku zote kuna mgongano na hawawezi kujenga na kuendeleza nyumba nzuri na ya amani kwa sababu kila mtu anajigamba kwamba yeye peke yake yuko sawa na anataka apendwe yeye peke yake.

Hata hivyo, watu wampendapo Mungu kuliko vitu vingine vyote, hupata upendo wa kiroho kwa kuacha upendo wa kimwili. Upendo wa kimwili hubadilika na hujitafutia wenyewe, ilihali upendo wa kiroho huwaweka wengine mbele katika moyo wa unyenyekevu na kutafuta faida ya wengine kwanza kabla faida yao. Kama una huu upendo wa kiroho, nyumba yako itajaa furaha na utangamano.

Kama ilivyo mara nyingi, unateswa na jamaa zako au rafiki

Imani ya Kumpenda Bwana hadi Kufikia Kiwango cha Juu Zaidi

zako wasiomwamini Mungu unapoanza kumpenda Mungu (Marko 10:29-30). Lakini hiyo haidumu. Kama nafsi yako inaendelea vizuri na ufikie kiwango cha nne cha imani, mateso hugeuzwa baraka na watesi hukupenda na kukuthibitisha.

2 Wakorintho 11:23-28 hueleza jinsi mtume Paulo alivyoteswa vikali alipokuwa akihubiri injili kwa ajili ya Bwana. Alifanya bidii zaidi kwa ajili ya Bwana zaidi ya mtu mwingine yeyote yule. Alitiwa gerezani mara nyingi zaidi, akapigwa kinyama zaidi, na akawa karibu kuuawa mara nyingi zaidi. Lakini bado, Paulo alitoa shukrani na akafurahi badala ya kuhisi uchungu.

Kulingana na hayo, ukifika kiwango cha nne cha imani ambapo unampenda Mungu zaidi ya vitu vingine vyote, hata kama ukipaswa kutembea na kupitia bonde la uvuli wa mauti, mahali hapo panaweza kuwa mbinguni na punde mateso hugeuka na kuwa baraka kwa sababu Mungu yu pamoja nawe.

Katika Mathayo 5:11-12 Yesu anatwambia, "Heri ninyi watakapowashutumu na kuwaudhi na kuwanenea kila neno baya kwa uongo, kwa ajili yangu. Furahini, na kushangilia; kwa kuwa thawabu yenu ni kubwa mbinguni; kwa maana ndivyo walivyowaudhi manabii waliokuwa kabla yenu."

Kwa hivyo, ni lazima uelewe kwamba hata kama majaribu na matatizo yatakujia kwa sababu ya Bwana, unapofurahi na kushangilia, hupokei tu upendo wa Mungu peke yake, kutambuliwa, na zawadi kule Mbinguni bali pia unapokea mara mia moja zaidi katika kizazi hiki.

Tunda la Roho Mtakatifu na Heri

Unapofikia kiwango cha nne cha imani, utazaa sehemu tisa za tunda la Roho Mtakatifu kwa wingi, na Heri zitaanza kukujia. Wagalatia 5:22-23 inatwambia juu ya matunda tisa ya Roho Mtakatifu: "Lakini tunda la Roho ni upendo, furaha, amani, uvumilivu, utu wema, fadhili, uaminifu, upole, kiasi; juu ya mambo kama hayo hakuna sheria."

Tunda la Roho Mtakatifu ni upendo wa Yesu Kristo wakati unaompatia adui maji wakati anapokuwa na kiu na kumlisha anapokuwa na njaa. Wakati unapozaa tunda la furaha, amani ya kweli, na furaha hukujia kwa sababu unatafuta na kujenga wema na uzuri peke yake. Pia unakuwa na amani na watu wote katika utakatifu unapozaa tunda la amani.

Zaidi ya hilo, omba kila mara kwa shukrani na furaha na tunda la uvumilivu hata unapokabiliana na mateso na majaribu. Unapokuwa na tunda la fadhili, unasamehe mambo yasiyosameheka na watu, unaelewa vitu ambavyo huwezi kuvielewa, na kuwatunza wengine ili waweze kufanikiwa zaidi kuliko wewe. Ukiwa na tunda la wema, unatupa kila aina ya ubaya, na kutafuta wema mzuri, na usipuuze wala kuudhi hisia za watu wengine.

Unapokuwa na tunda la uaminifu, unatii Neno la Mungu na umwaminifu kwa Bwana kufikia mahali pa kutoa uhai wako kwa sababu una hamu na taji ya uzima. Unapokuwa na tunda la upole ambalo ni laini kama pamba, mtu akupigapo kofi shavu la kulia, unaweza kumgeuzia la kushoto, na kumkumbatia mtu yeyote kwa upendo na huruma. Mwisho, unapokuwa na tunda la kiasi, unafuata amri itokayo kwa Mungu bila ukaidi au upendeleo, na unatimiza mapenzi ya Mungu katika njia nzuri ya utangamano.

Licha ya hayo, utaona kwamba zile Heri zinazoelezwa katika Mathayo 5, ambazo ni za milele, haziharibiki wala kubadilika, pia huanza kukujia.

Unapozaa tunda la Roho Mtakatifu kwa wingi na Heri huanza kukujia kwa njia hii, uko karibu sana na kiwango cha tano cha imani, ambapo utapelekwa katika njia ya ufanisi na utapewa kwa upesi hata vitu ulivyo navyo akilini mwako peke yake.

Ili ufikie kilele cha mlima ni lazima upande huo mlima hatua moja moja. Kule juu kileleni, unasikia kuburudika na kufurahi hata ingawa safari imekuwa ngumu mno. Wakulima hufanya bidii wakitumanini kupata mavuno mengi kwa sababu wanaamini kwamba wanaweza kuvuna kama wafanyavyo kazi. Vivyo hivyo, tunaweza kuvuna baraka anazotuahidi Mungu katika Biblia tunapoishi katika kweli.

Naomba upate imani ya kumpenda Mungu zaidi ya vitu vingine vyote kwa kuacha dhambi zako kwa kupambana nazo kwa bidii na kuishi kwa mapenzi ya Mungu, katika jina la Bwana wetu ninaomba!

Sura ya 8

Imani ya Kumpendeza Mungu

KIASI CHA IMANI

*"Wapenzi, mioyo yetu isipotuhukumu,
tuna ujasiri kwa Mungu;
na lo lote tuombalo, twalipokea kwake,
kwa kuwa twazishika amri zake,
na kuyatenda yapendezayo machoni pake."
(1 Yohana 3:21-22)*

Wazazi huwafurahia watoto wao na kujivunia sana wakati wanawapotii, wanapowaheshimu, na wanapowapenda kutoka katika vilindi vya mioyo yao. Wazazi hawawapi tu watoto wa aina hii kile waombacho, lakini pia hujaribu kuwapa hata kile ambacho wanakitaka mioyoni mwao sio kuomba kwa ajili ya mahitaji yao.

Vivyo hivyo, unapotii na kumpendeza Mungu, utapokea kutoka kwake kila utakachoomba, na pia kila utakachotamani moyoni mwako kwa sababu Mungu anapendezwa sana na imani yako na anakupenda. Kwa kweli, hakuna lisilowezekana unapokuwa na uhusiano wa aina hiyo na yeye.

Sasa, natuingie ndani ya imani inayompendeza Mungu na njia ambazo kwa hizo tunaweza kuipata imani hiyo.

1. Kiwango cha Tano la Imani

Imani ya kumpendeza Mungu iko juu kuliko imani ya kumpenda Mungu kushinda vitu vyote. Basi imani ya kumpendeza ni ipi? Tunaona watoto katibu nasi ambao huwapenda wazazi wao kweli, na kuwatii mapenzi ya wazazi wao wakielewa moyo wa wazazi wao katika kila kitu. Zaidi ya hayo, ni wakati tu unapoweza kuelewa mkondo wa upendo kwamba unaweza kuwapenda wazazi wako, ndipo unapoweza pia kuelewa imani ya kumpendeza Mungu.

Ni upendo aina gani uwezao kumpendeza Mungu?

Katika hadithi za Kikorea, kuna wana, binti, na wakaza wana wanaojukumika, ambao matendo yao ya upendo yaliwapendeza wazazi wao na hata yakatikisa Mbingu. Kwa mfano, hadithi moja ilisimulia juu ya mwanamume aliyemtunza mamake mzee aliyekuwa mgonjwa kitandani. Alifanya kila jitihada ili mamake awe na afya njema, lakini wapi.

Siku moja, alisikia kwamba mamake mgonjwa na mzee angeweza kuponywa kama angekunywa damu kutoka kwenye kidole cha mwanawe. Huyo mwana akakata kidole chake kwa kupenda na akampa akanywa damu yake. Kisha mamake akapona upesi. Kwa kweli hakuna thibitisho la kimatibabu kwamba damu ya mtu inaweza kumrejeshea nguvu mgonjwa. Hata hivyo upendo wake wa kujitoa na ari vilimgusa Mungu na akampa neema, kama tu jinsi mithali ya Kikorea inavyotwambia, "Uaminifu hugusa Mbingu."

Kuna hadithi nyingine ya kugusa moyo ya mwana aliyewatunza wazazi wake wagonjwa. Huyu alienda katika kilindi cha mlima katikati ya majira ya baridi, akipasua njia yake katikati ya theluji ambayo ilikuwa imegandamana hata kufikia kina cha zaidi ya magotini, ili akachimbe mti na tunda vilivyokuwa nadra, na vya kimaajabu ambavyo aliambiwa ni vizuri kwa wazazi wake wagonjwa.

Kuna hadithi nyingine bado ya mtu na mkewe waliowatumikia wazazi wao wazee kwa uaminifu kwa kuwapa chakula kizuri kila siku, hata ingawa hao wawili na watoto wao waliumia na nja kila mara.

Na watu wa wakati wetu je? Kuna wengine wafichao chakula

kitamu ili waweze kuwapa watoto wao na kuwapa wazazi wao chakula kidogo tena kwa kusitasita. Huwezi kamwe kusema kwamba huo ni upendo wa dhati kama wanawapa upendo mwingi watoto wao wenyewe lakini wasahau neema na upendo wa wazazi wao. Wale ambao wanawapenda wazazi wao kweli watawapatia chakula kizuri, na hata wanaweza kujaribu kuficha ukweli huo kwamba watoto wao wenyewe wanaumia kwa njaa. Je, unaweza kujitoa mwenyewe namna hii kwa ajili ya wazazi wako?

Kwa hivyo ni lazima tujue tofauti iliyo wazi kati ya upendo wa utiifu na furaha na shukrani, na upendo uwapendezao wazazi. Ilikuwa vigumu kupata watoto wenye upendo ule wa kuwapendeza wazazi hapo zamani, na imezidi kuwa vigumu zaidi kupata watoto kama hao leo kwa sababu wakati huu ulimwengu umejaa dhambi na ubaya..

Ni sawa na upendo wa wazazi, ambao unasemekana ndio upendo wa hali ya juu na mzuri zaidi. Hata mamangu aliyenipenda sana, aliniambia alipokuwa analia kwa uchungu, "Ni bora ufe upesi. Kwa njia hiyo utakuwa umeniheshimu," kwa sababu nilikuwa mgonjwa kwa miaka mingi na hakukuwa na matumaini ya kupona.

Hata hivyo, Mungu yule wa upendo alionyeshaje upendo wake kwetu? Hakutupatia tu Mwanawe wa pekee afe msalabani ili afungue njia ya wokovu na njia ya Mbinguni, bali pia alitupatia upendo wake usio na mwisho.

Kwa upande wangu, tangu nilipokutana na Mungu, siku zote nimehisi na kutambua upendo wake mwingi. Kwa hivyo niliweza kuelewa upendo wake kutoka katika vilindi vya moyo wangu na nikakua haraka hadi kufikia kiasi kamili cha imani. Hivyo basi nikampenda zaidi ya vitu vingine vyote na kupata imani ya kumpendeza Mungu pia.

Kuwa na imani impendezayo Mungu

Katika Zaburi 37:4, Mungu anatuahidi, "Nawe utajifurahisha kwa BWANA, Naye atakupa haja za moyo wako." Ukimpendeza Mungu, hatakupa tu kila unachoomba, lakini pia atakupa vyote unavyovitamani moyoni mwako.

Nilipokuwa naenda kuanzisha kanisa langu, nilikuwa na kama dola 10 za Marekani. Lakini, Mungu akanibariki na nikakodisha jengo la kama futi 900 mraba kuanzisha kanisa nilipoomba kwa imani. Pia Mungu alilipa kanisa langu uamsho mkubwa na baraka na kipimo kizuri, kilichoshindiliwa, kikasukwasukwa pamoja na kumwagika nilipoomba kwa maono makubwa na ndoto kwa ajili ya misheni ya ulimwengu kuanzia mwanzo kabisa.

Vivyo hivyo, kila kitu kinawezekana kwako unapokuwa na imani ya kumpendeza Mungu kwa sababu Yesu anatukumbusha katika Marko 9:23, "'Ukiweza! Yote yawezekana kwake aaminiye." Pia, kama inavyosemwa katika Kumbukumbu la Torati 28 yote, utabarikiwa unapoingia na unapotoka, utawakopesha wengi lakini hutakopa mtu yeyote, na Bwana atakufanya kuwa kichwa. Zaidi ya hayo, ishara zitafuatana nawe kama tulivyohakikishiwa katika Marko 16.

Yesu pia anakuahidi baraka zisizoweza kufikirika katika Yohana 14:12-13. Natusome vifungu hivi pamoja ili tuone ni baraka gani zitakazokufuata unapompendeza Mungu katika imani:

Amin, amin, nawaambieni, Yeye aniaminiye mimi, kazi nizifanyazo mimi, yeye naye atazifanya; naam, na kubwa kuliko hizo atafanya, kwa kuwa mimi naenda kwa Baba. Nanyi mkiomba lo lote kwa jina langu, hilo nitalifanya, ili Baba atukuzwe ndani ya Mwana.

Baraka alizopewa Henoko

Katika Biblia, tunaona mababu wengi wa imani waliompendeza Mungu. Kati yao, Henoko ambaye anatajwa katika Waebrania 11 alimpendeza Mungu namna gani na alipokea baraka gani?

Kwa imani Henoko alihamishwa, asije akaona mauti, wala hakuonekana, kwa sababu Mungu alimhamisha; maana kabla ya kuhamishwa alikuwa ameshuhudiwa kwamba amempendeza Mungu. Lakini pasipo imani haiwezekani kumpendeza; kwa maana mtu amwendeaye Mungu lazima aamini kwamba yeye yuko, na kwamba huwapa thawabu wale wamtafutao (kif. 5-6).

Mwanzo 5:21-24 inamwonyesha Henoko kama mtu aliyempendeza Mungu kwa sababu alitakaswa akiwa na umri wa miaka 65 na alikuwa mwaminifu katika nyumba ya Mungu yote. Henoko alitembea na Mungu kwa miaka 300, wakipendana naye na hakufa kwa sababu Mungu alimchukua. Alibarikiwa sana hivi kwamba kwa sasa anakaa karibu na kiti cha enzi cha Mungu, wakipendana naye kwa kiwango cha juu zaidi.

Vivyo hivyo, inawezekana kuchukuliwa na kwenda mbinguni bila kufa kama una imani ya kumpendeza Mungu. Nabii Eliya pia hakufa bali alichukuliwa akaenda mbinguni kwa sababu alimshuhudia Mungu aishiye na kuwaokoa watu wengi kwa kuwaonyesha kazi za kushangaza za nguvu na imani impendezayo Mungu.

Je, unaamini kwamba Mungu yuko na kwamba huwapa thawabu wale wamtafutao kwa bidii? Ikiwa una imani kama hiyo, inafaa utakaswe kikamilifu na utoe hata uhai wako kutimiza wajibu wako uliopewa na Mungu.

2. Imani ya Kutoa Uhai Wako

Yesu anatuamuru katika Mathayo 22:37-40 kama ifuatavyo: "Mpende Bwana Mungu wako kwa moyo wako wote, na kwa roho yako yote, na kwa akili zako zote. Hii ndiyo amri iliyo kuu, tena ni ya kwanza. Na ya pili yafanana nayo, nayo ni hii, Mpende jirani yako kama nafsi yako. Katika amri hizi mbili hutegemea torati yote na manabii."

Kama asemavyo Yesu, watu wampendao Mungu humpendeza sio tu kwa kumpenda kwa mioyo yao yote, roho zao zote, akili zao zote bali pia kwa kuwapenda majirani zao kama wajipendavyo wenyewe. Unaweza kuiita imani hii imani ya kumpendeza Mungu "imani ya Kristo" au "imani kamili ya kiroho " kwa sababu imani hiyo ina uthabiti wa kutosha kwako wewe kutoa hata uhai wako kabisa kwa ajili ya Yesu Kristo.

Imani ya kutoa uhai wake kwa ajili ya mapenzi ya Mungu

Yesu alitii mapenzi ya Mungu yampendezayo kikamilifu. Alisulubiwa msalabani, akawa mtu wa kwanza kufufuka na sasa ameketi kando ya kiti cha enzi cha Mungu, yote haya ni kwa sababu alikuwa na imani ya kujitoa kikamilifu kufikia mahali pa kutoa uhai wake kupita utiifu kamili. Kwa hivyo, Mungu anamshuhudia Yesu, na kusema, "Huyu ni Mwanangu, mpendwa wangu, ninayependezwa naye." (Mathayo 3:17, 17:5), na "Mtumishi wangu niliyemteua; Mpendwa wangu, moyo wangu uliyependezwa naye" (Mathayo 12:18). Katika historia yote ya kanisa, kumekuwa na mababu wengi katika imani waliotoa maisha yao kabisa kama Yesu alivyofanya, kwa ajili ya mapenzi ya Mungu yampendezayo. Licha ya hayo Petro, Yakobo, na Yohana walimfuata Yesu wakati wote, na wengine wengi walitoa maisha yao kwa ajili ya Yesu Kristo bila kusitasita wala shaka. Petro alikufa msalabani akining'inia kichwa chini; Yakobo alikatwa kichwa; na Yohana alitupwa katika mafuta yaliyokuwa yanachemka katika chungu cha chuma lakini hakufa, na akahamishwa hadi kisiwa cha Patimo.

Wakristo wengi walikufa katika matundu ya Rumi kama chakula cha simba huku wakimsifu Mungu. Watu wengine wengi walishikilia imani yao kwa kuishi maisha yao yote kwenye Pango, "makaburi ya chini ya mchanga" bila kuona mwangaza wa jua tena. Mungu alipendezwa na imani yao kwa sababu waliishi kama Maandiko yalivyoamuru kama ifuatavyo: "Kwa maana kama tukiishi, twaishi kwa Bwana, au kama tukifa, twafa kwa Bwana. Basi kama tukiishi au kama tukifa, tu mali ya Bwana" (Warumi 14:8).

Mwaka wa 1992, nilianza kuvuja damu za pua kwa sababu ya kazi nyingi bila kulala na kupumzika vya kutosha. Karibu damu yangu yote ilionekana kama ambayo ilikuwa imeisha kuvuja kutoka mwilini mwangu. Hivi basi, punde tu nilikuwa katika hali mbaya sana. Nikapoteza ufahamu polepole na hatimaye nikawa karibu na kufa.

Wakati huo, nilihisi kwamba punde tu ningekuwa mikononi mwa Yesu lakini sikuwa na nia ya kutegemea matibabu ya hospitali. Sikuwaza juu ya kumwona daktari kwa sababu ya kuvuja damu za pua. Sikuenda hospitalini au kutegemea suluhisho lolote la kilimwengu hata nilipokuwa karibu kufa, kwa sababu nilimwamini mwenyezi Mungu Baba yangu. Familia yangu na pia washirika hawakunihimiza nikatibiwe hospitali. Walinijua vizuri sana kwa siku zote nilitoa maisha yangu kwa Mungu kabisa, sio kwa ulimwengu au mtu yeyote.

Hata nilipokuwa nimepoteza fahamu kutokana na kuvuja damu nyingi sana, roho yangu ilimshukuru Mungu juu ya ukweli kwamba niliweza kutulia mikononi mwa Yesu na kupata pumziko la milele. Tumaini langu la pekee lilikuwa kukutana na Bwana Yesu.

Hata hivyo, Mungu alinionyesha kwenye maono kile kilichokuwa kitafanyika kwa kanisa langu baada ya kifo changu. Baadhi ya watu wangebaki kanisani kwangu, wakitunza imani yao, walakini watu wengine wengi wangerudi duniani, wakimwacha Mungu na kumtenda dhambi.

Nilipoona haya, nilishindwa kupumzika mikononi mwa Yesu. Badala yake, nikamwomba Mungu kwa ari anitie nguvu kwa sababu nilihuzunika sana kwa ajili ya wale waliokuwa wanaenda ulimwenguni. Kisha kwa msaada wa Mungu aliyeniponya niliamka kutoka kitandani na nikakaa mara moja, ingawa nilikuwa karibu kufa na nilikuwa mweupe kama theluji.

Nilipopata fahamu, niliona wafanyakazi wengi wa kanisa wakitoa machozi ya furaha. Wangekosaje kuguswa baada ya kuona kazi ya nguvu ya Mungu ya kushangaza ya kufufua mfu?

Kwa njia hii, Mungu hupendezwa na wale waonyeshao imani yao ya kutoa hata uhai wao bila kusita na huwajibu kwa haraka. Kwa sababu ya wafia imani wa kanisa la kwanza, injili ilienea haraka sana ulimwenguni kote. Hata kule Korea, damu ya wafia imani ilisaidia kueneza injili upesi sana.

Imani ya kutii mapenzi yote ya Mungu

1 Wathesalonike 5:23 inasema, Mungu wa amani mwenyewe awatakase kabisa; nanyi nafsi zenu na roho zenu na miili yenu

mhifadhiwe mwe kamili, bila lawama, wakati wa kuja kwake Bwana wetu Yesu Kristo." Hapa, "roho yote" inaonyesha hali ya kutimilisha moyo wa Yesu Kristo kikamilifu.

Mtu wa roho kamilifu ni mtu anayeishi kwa mapenzi ya Mungu peke yake kwa sababu siku zote anaweza kusikia sauti ya Roho Mtakatifu na moyo wake unakuwa kweli yenyewe kwa kuelewa Neno la Mungu kikamilifu. Unaweza kuwa mtu wa roho na upate mtazamo wa Yesu unapotakaswa kabisa kwa kuacha kila aina ya uovu kwa kupambana na dhambi iliyo ndani yako.

Licha ya hayo, mtu wa kiroho anapoendelea kujitayarisha kwa Neno la Mungu, ukweli husimamia moyo wako na pia maisha yako yote kikamilifu.

Unaweza kuita aina hii ya imani "imani kamilifu" au "imani kamilifu ya kiroho ya Yesu Kristo." Unaweza kupata imani kama hiyo unapokuwa na moyo wa kweli kama unavyoelezwa katika Waebrania 10:22: "Na tukaribie wenye moyo wa kweli, kwa utimilifu wa imani, hali tumenyunyiziwa mioyo tuache dhamiri mbaya, tumeoshwa miili kwa maji safi."

Hata hivyo, haimaaninishi kwamba unaweza kuwa sawa na Yesu Kristo hata ingawa ungekuwa na mtazamo wa Yesu na kuwa na imani ya Kristo. Tuseme mwana awe anamheshimu babake sana na anajaribu kufanana na babake. Hulka yake inaweza kufanana na ya babake au utu wake unaweza kufanana na wa babake lakini hawezi kuwa babake kamwe.

Vivyo hivyo, huwezi kamwe kuwa sawa na Yesu Kristo. Alianzisha mpango wa kiroho katika Mathayo 10:24-25 kama ifuatavyo: "Mwanafunzi hampiti mwalimu wake, wala mtumwa hampiti bwana wake. Yamtosha mwanafunzi kuwa kama mwalimu wake, na mtumwa kuwa kama bwana wake."

Na tunaweza kusema nini juu ya uhusiano kati ya Musa aliyewaongoza Waisraeli kutoka Misri, na Yoshua aliyechukua mahali pa Musa na akawaongoza watu wake kuingia Kanaani? Musa aligawanya Bahari ya Shamu na kutoa maji kutoka kwenye jiwe. Lakini Yoshua hakuwa mdogo kuliko Musa katika kufanya miujiza ya Mungu: alifanya Mto wa Yordani ukiwa umefurika usimame katika wakati wake wa kufurika, Yeriko ulianguka, na jua na mwezi vilisimama kwa kama siku nzima. Hata hivyo, Yoshua hakuweza kuwa mkuu kuliko Musa aliyekuwa amesema na Mungu uso kwa uso na wazi wazi na sio kwa mafumbo.

Katika ulimwengu huu, mwanafunzi anaweza kuwa mkuu kuliko mwalimu wake lakini hilo haliwezekani katika eneo la kiroho. Hii ni kwa sababu eneo la kiroho linaeleweka kwa msaada wa Mungu peke yake na sio kwa vitabu fulani au elimu ya kiulimwengu. Kwa hivyo, mtu ambaye ana nidhamu ya kiroho kutoka kwa mwalimu wa kiroho hawezi kuwa mkuu kuliko mwalimu wake anayeelewa na kufanye mambo katika neema ya Mungu.

Katika Biblia, Elisha alipokea sehemu maradufu ya roho ya Eliya na akafanya miujiza zaidi lakini alikuwa mdogo kwa Eliya ambaye alichukuliwa akaenda mbinguni akiwa hai. Pia wakati wa kanisa la kwanza, Timotheo alimfanyia Bwana Yesu mambo mengi lakini hakuweza kuwa mkuu wa mwalimu wake mtume

Paulo.

Kwa sababu hakuna mipaka katika eneo la kiroho, hakuna mtu awezaye kufahamu kina chake kikamilifu. Hii ndiyo sababu unaweza kujua juu yake kupitia kwa mafundisho ya Mungu, wala sio wewe mwenyewe. Ni sawa na ukweli kwamba huwezi kujua bahari ina kina gani au ni aina gani za mimea na wanyama wanyonyeshao wanakaa chini yake. Lakini, unaweza kuona samaki wengi wazuri na mimea mingi unapoenda chini ya bahari. Zaidi ya hayo, utaweza kuona maajabu ya bahari kama utakavyo utakapotafiti chini zaidi. Vivyo hivyo, jinsi unavyozidi kuingia eneo la kiroho zaidi, ndivyo utakavyojifunza mengi zaidi.

Mungu mwenyewe hunifundisha na kuniruhusu nielewe eneo la kiroho ili niweze kufika kina cha ndani zaidi cha eneo la kiroho. Pia ameniongoza na nikaona eneo la kiroho mimi mwenyewe. Hunielekeza na kunifundisha kiasi cha imani kwa utondoti zaidi na kwa njia hii, na kunitumia kuwaongoza watu wengine zaidi ili wafike kina cha ndani zaidi cha eneo la kiroho. Kwa kuwa umejua jambo hili, unapaswa kujichunguza kwa uangalifu zaidi na ujaribu kupata imani iliyokomaa zaidi.

3. Imani ya Kuonyesha Maajabu na Ishara

Kama una imani kamilifu wakati ukweli unapokaa kabisa moyoni mwako, utalimbikiza maombi unapokuwa unang'ang'ana kuishi kulingana na mapenzi ya Mungu yampendezayo. Hii ni kwa sababu unapaswa kupokea nguvu ili upate kuokoa roho nyingi zaidi, ambazo kila moja yapo Mungu huichukulia kuwa ya thamani zaidi kuliko ulimwengu.

Kwa nini Yesu alisulubiwa? Alisulubiwa kwa sababu alitaka kuokoa nafsi zilizopotea zinazotangatanga katika njia ya dhambi na kuzifanya kuwa wana wana wa Mungu.

Kwa nini Yesu alisema, "Nina kiu" alipokuwa ameangikwa msalabani akimwaga damu kwa saa kadha huku akichomwa na jua kali? Kupitia kwa maneno haya, Yesu hakutuomba tutosheleze kiu yake ya kimwili iliyomshika kutokana na kumwaga damu yake yote bali tukate kiu yake ya kiroho kwa kulipa mshahara wa damu yake. Lilikuwa ni ombi la ari kwetu sisi tuokoe nafsi zilizopotea na tuzipeleke mikononi mwa Yesu.

Kuwaokoa watu wengi kwa nguvu

Mtu anapofikia kiwango cha tano cha imani ambapo yeye humpendeza Mungu, hutafakari kwa bidii 'Nitawezaje kuwapeleka watu wengi mikononi mwa Baba? Ninawezaje kupanua ufalme wa Mungu na haki yake?' na kwa kweli hufanya awezavyo kutimiza mambo hayo. Kwa hivyo, hujaribu kumpendeza Mungu kwa kutimiza majukumu mengine, pamoja na kutimiza kikamilifu majukumu yake mwenyewe ambayo Mungu aliyaweka mikononi mwake.

Hata hivyo, hata mtu aliyejitoa kama huyo hawezi kumpendeza Mungu bila kupokea nguvu kwa sababu, kama tunavyokumbushwa na 1 Wakorintho 4:20, "Maana ufalme wa

Mungu hauwi katika neno, bali katika nguvu."

Unawezaje kupokea nguvu ya kuwaongoza watu wengi washike njia ya wokovu? Unaweza kuipokea kwa kuomba bila kukoma peke yake. Ni kwa sababu kuokoa nafsi hakutimizwi na maneno ya mwanadamu, elimu, uzoefu, sifa, au mamlaka, bali kwa nguvu itolewayo na Mungu peke yake.

Ndiyo maana, wale walio katika kiwango cha tano cha imani lazima waendelee kuomba kwa hamu ili wapokee nguvu ambayo kwa hiyo wanaweza kuokoa nafsi nyingi iwezekanavyo.

Ufalme wa Mungu ni nguvu The kingdom of Mungu is a matter of power

Wakati mmoja nilikutana na mchungaji ambaye hakuwa mpole peke yake moyoni mwake bali pia alijaribu kutimiza wajibu wake na kuomba aishi kwa Neno la Mungu, lakini hakuzaa matunda ya kutosha alivyotarajia. Sababu ni nini? Kama kwa kweli alimpenda Mungu, angekuwa ametoa akili yake yote, mapenzi, uhai, na hata hekima yake kwa Mungu, lakini alikuwa hajafanya hivyo. Angekuwa ametambua kwamba yeye mwenyewe alikuwa bado ndiye bwana wa maisha yake, badala ya kumruhusu Mungu amwongoze.

Mungu hangeweza kumfanyia kazi kwa sababu mchungaji huyo hakumtegemea Mungu kikamilifu na kufanya wajibu wake, bali alitegemea elimu na fikira zake mwenyewe. Kwa hiyo hakuweza kudhihirisha kazi ya Mungu iliyo juu ya uwezo wa mwanadamu, ingawa aliona matokeo ya jitihada zake.

Kwa hivyo, unapaswa kuomba, kusikia sauti ya Roho Mtakatifu, na usimamiwe na Roho Mtakatifu, badala ya kutegemea fikira za mwanadamu, elimu, na uzoefu unapofanya huduma ya Mungu. Ni wakati tu unapokuwa mtu wa ukweli na uwe unasimamiwa kikamilifu na Roho Mtakatifu, ndipo utakapoona kazi za miujiza zikidhihirika na nguvu zake kutoka juu.

Hata hivyo, unapotegemea fikira na nadharia za mwanadamu, hata kama unafikiri kwamba unajua Neno la Mungu, omba na ufanye uwezavyo kutimiza wajibu wako. Mungu hayuko pamoja nawe kwa sababu mtazamo kama huo ni kiburi machoni pa Mungu. Kwa hiyo ni lazima utupe kabisa utu wa dhambi, uombe kwa bidii ili uwe mtu mkamilifu wa kiroho, na uombe nguvu za Mungu, ukielewa ni kwa nini mtume Paulo alikiri, "Ninakufa kila siku."

Ukiomba kwa pumzi ya Roho Mtakatifu

Kila mtu aliyemkubali Bwana Yesu anapaswa kuomba kwa sababu kuomba ndiyo pumzi ya kiroho. Lakini kiini cha maombi kinatofautiana katika viwango tofauti vya imani. Mtu aliye katika kiwango cha kwanza au cha pili cha imani mara nyingi hujiombea mwenyewe lakini ni nadra sana kwake yeye kuomba hata kwa dakika kumi kwa sababu hana mambo mengi ya kuombea.

Pia haombi kwa imani kutoka katika kilindi cha moyo wake hata kama ataomba kwa ajili ya ufalme wa Mungu na haki yake.

Hata hivyo, anapoingia katika kiwango cha tatu cha imani, anaweza kuombea ufalme wa Mungu na haki yake, zaidi ya kujiombea mambo yake mwenyewe.

Licha ya hayo, ataomba namna gani wakati anapoingia kiwango cha nne? Katika kiwango hiki, huombea ufalme wa Mungu na haki yake peke yake kwa sababu ameacha kabisa matendo na tamaa za utu wa dhambi. Hahitaji kuomba ili aondoe dhambi zake kwa sababu tayari anaishi kwa Neno la Mungu. Humwomba Mungu kwa ajili ya mambo mengine zaidi ya familia yake na yeye mwenyewe: wokovu wa watu zaidi, upanuzi wa ufalme wa Mungu na haki yake, na kanisa lake, wafanya kazi wa kanisa, na ndugu na dada wote katika imani. Anaomba kila mara kwa sababu anajua vizuri kwamba hawezi kuokoa hata nafsi moja bila kupokea nguvu za Mungu kutoka juu. Pia anaomba kwa bidii kwa moyo wake wote, na roho yake yote, na akili zake zote, na nguvu zake zote kwa ajili ya ufalme wa Mungu na haki yake.

Zaidi ya hayo, akifika kiwango cha tano cha imani, huomba maombi yawezayo kumpendeza Mungu na maombi ya kutoa shukrani ambayo yanaweza kumgusa hata Mungu katika kiti chake cha enzi.

Hapo zamani, ingekuwa imechukua muda mrefu kwake kuomba katika mjazo wa Roho Mtakatifu, lakini sasa anaweza kuhisi kwamba maombi yake yanapaa mbinguni kwa pumzi ya Roho Mtakatifu wakati anapopiga magoti kuomba.

Ni vigumu unapoomba ili uache dhambi zako. Lakini, si vigumu unapoomba kwa imani ya kupokea nguvu ya Mungu ili uokoe nafsi nyingi na kumpendeza Mungu, kwa upendo motomoto kwa ajili ya Bwana.

Kuonyesha ishara na maajabu ya kimiujiza

Ishara nyingi za miujiza na maajabu hudhihirishwa kupitia kwa mtu anapoendelea kuomba kwa ari na upendo wenye shauku kupokea nguvu ya Mungu. Hii humthibitisha kwamba ana imani ya kumpendeza Mungu.

Yesu alifanya ishara nyingi za kimiujiza na maajabu wakati wa kazi yake, na kusema katika Yohana 4:48, "Msipoona ishara na maajabu hamtaamini kabisa." Ni kwa sababu Yesu aliweza kuwaongoza watu wawe na imani katika Mungu kwa urahisi kwa kumshuhudia Mungu aishiye kwa kuwaonyesha ishara za miujiza na maajabu.

Siku hizi, Mungu pia huchagua watu wa kisawasawa na kuwaruhusu wafanye ishara na maajabu, na hata mambo makubwa zaidi kuliko yale aliyofanya (Yohana 14:12). Katika kanisa langu peke yake ishara na maajabu yasiyohesabika yamedhihirishwa.

Sasa natuchunguze ishara na maajabu yadhihirishwayo kupitia kwa wale wenye imani impendezayo Mungu. Kwanza wakati nguvu za Mungu ambazo ziko juu ya uwezo wa mwanadamu zinapofanya kazi na kudhihirishwa, tunaiita "ishara." Kwa mfano, vipofu wanaona, mabubu wanasema, viziwi wasikia, viwete watembea, mguu mfupi unafanywa kuwa mrefu, mgongo uliopindika unanyoshwa, na kupooza kwa watoto wachanga au kupooza kwa kiakili kunarudi katika hali yake kawaida.

Kuhusu ishara, Yesu anatwambia katika Marko 16:17-18:

Na ishara hizi zitafuatana na hao waaminio; kwa jina langu watatoa pepo; watasema kwa lugha mpya; watashika nyoka; hata wakinywa kitu cha kufisha, hakitawadhuru kabisa; wataweka mikono yao juu ya wagonjwa, nao watapata afya.

Hapa, "wale walioamini" inasimamia watu wenye imani ya baba. Ishara zifuatanazo na "wale walioamini" zinaweza kuwekwa katika makundi manne, na nitafafanua kwa kina juu ya makundi hayo katika sura ifuatayo.

Pili, kati ya kazi nyingi za Mungu, "ajabu" ni mtu kugeuza hali ya anga inayojumuisha kuendesha mawingu, kufanya mbingu itoe au isitoe mvua, kuendesha vitu vya mbinguni, na mambo kama hayo.

Kulingana na Biblia, Mungu alituma ngurumo za radi na mvua wakati Samweli alipoomba (1 Samweli 12:18). Nabii Isaya alipomlilia Mungu, tunajua "BWANA; akakirudisha nyuma kile kivuli madaraja kumi" (2 Wafalme 20:11). Pia, Eliya "akaomba kwa bidii mvua isinyeshe, na mvua haikunyesha juu ya nchi muda wa miaka mitatu na miezi sita. Akaomba tena, mbingu zikatoa mvua" (Yakobo 5:17-18).

Vivyo hivyo, Mungu wa upendo huongoza watu kwenye njia ya wokovu kwa kuwaonyesha ishara za miujiza na maajabu yaonekanayo kupitia kwa watu anaowaona kuwa sawasawa. Kwa hivyo, ni lazima mwe na imani thabiti katika Neno la Mungu lililoandikwa kwenye Biblia na mjaribu kupata imani ya kumpendeza Mungu.

4. Kuwa Mwaminifu katika Nyumba Yote ya Mungu

Watu katika kiwango cha kwanza na cha pili cha imani wanaweza kuingia kwa muda katika hali ya kiwango cha tano cha imani. Ni kwa sababu wakati wanapompokea Roho Mtakatifu, huwa wanajazwa Roho Mtakatifu kwa wingi sana hata hawaogopi hata kifo, bali hujaa shukrani, huomba kwa bidii, kutangaza injili, na kuhudhuria kila mkutano wa kanisa. Hupokea kila wanachoomba kwa sababu wako katika kiwango cha nne au cha tano cha imani hata ingawa uzoefu wao ni wa muda tu. Wanapopoteza mjazo wa Roho Mtakatifu, punde tu hurudi katika kiwango chao cha imani.

Lakini, watu walio katika kiwango cha tano cha imani hawabadiliki. Ni kwa sababu siku zote wamejazwa na Roho Mtakatifu kikamilifu hivi basi wanaweza kudhibiti na kusimamia akili zao, na hawaishi kama watu walio katika kiwango cha kwanza au cha pili cha imani wanavyoishi. Zaidi ya hayo, kwa kweli humpendeza Mungu kwa kuwa waaminifu katika nyumba yake yote.

Hesabu 12:3 inatwambia juu ya Musa, "Basi huyo mtu, huyo

Musa, alikuwa mpole sana zaidi ya wanadamu wote waliokuwa juu ya uso wa nchi," na kifungu cha 7 kinasema, "Sivyo ilivyo kwa mtumishi wangu, Musa; Yeye ni mwaminifu katika nyumba yangu yote." Kwa haya tunajua kwamba Musa alikuwa katika kiwango cha tano cha imani ambapo aliweza kumpendeza Mungu.

"Kuwa mwaminifu katika nyumba yote ya Mungu maana yake ni nini? Kwa nini Mungu huwatambua wale walio waaminifu katika nyumba yake yote kama vile Musa kama watu wenye imani impendezayo Mungu

Maana ya kuwa mwaminifu katika nyumba yote ya Mungu

Yule ambaye ni "mwaminifu katika nyumba yote ya Mungu" ana imani ya Kristo, au "imani kamilifu ya kiroho"; anafanya kila kitu kwa mtazamo wa Yesu Kristo. Hufanya kila kitu kwa moyo wa Kristo na kwa moyo wa roho, bila kutegemea fikira au akili yake mwenyewe.

Kwa kuwa amekamilisha akili ya wema, akili ya Kristo, hatateta wala kupaza sauti yake, mwanzi uliopondeka hatauvunja wala utambi utokao moshi hatauzima (Mathayo 12:19-20). Mtu kama huyo ameisulubisha hali ya dhambi pamoja na tamaa zake na mawazo yake mabaya, kwa hiyo anaweza kuwa mwaminifu kwa majukumu yake yote.

Hana "ubinafsi" uliobaki ndani yake ila moyo wa Kristo – moyo wa roho – kwa sababu ameacha mambo yake yote ya kimwili. Hana haja na heshima ya kiulimwengu, nguvu, na utajiri. Badala yake, moyo wake unabubujika tumaini la mambo ya milele: jinsi atakavyoweza kutimilisha ufalme wa Mungu na haki yake anapoishi katika ulimwengu huu; jinsi atakavyokuwa mtu mkubwa kule Mbinguni na apendwe na Mungu Baba; na jinsi atakavyoishi kwa furaha milele kwa kuhifadhi tuzo kubwa kule Mbinguni. Kwa sababu hiyo, anaweza kuwa mwaminifu katika majukumu yake yote kwa kuwa bidii na ukweli wa kutimilisha ufalme wa Mungu na haki yake pekee, ndivyo vinavyobubujika kutoka katika vilindi vya moyo wake.

Kuna tofauti katika kiasi cha kujitoa kati ya watu wanaotimilisha ufalme wa Mungu na haki yake. Akifanya kazi aliyopewa peke yake, huwa anatimiza tu wajibu wake wa kibinafsi.

Kwa mfano, umwajiri mtu, na umlipe mshahara, na afanye kazi ambayo ameajiriwa na kulipwa kwa hiyo. Hatuwezi kusema kwamba alikuwa "mwaminifu katika nyumba yote" hata ikiwa atamaliza kazi hiyo vizuri. "Kuwa mwaminifu katika nyumba yote," mtu hatimizi tu kazi aliyopewa peke yake, lakini pia hufanya kazi zaidi bila kuwa mgumu na mali zake na kwa uaminifu zaidi ya kukamilisha kazi yake aliyopewa.

Kwa hivyo, huwezi kutambuliwa "kuwa mwaminifu katika nyumba yote ya Mungu" hata kama umeacha dhambi kwa kung'ang'ana dhidi yake hadi kufikia mahali pa kumwaga damu yako katika kumpenda Mungu sana na kutimiza wajibu wako kikamilifu kwa moyo uliotakaswa. Unaweza kutambuliwa "kuwa mwaminifu katika nyumba yote ya Mungu" wakati tu unapotakaswa kikamilifu na kutimiza kazi yako vizuri sana zaidi ya wajibu wako na imani ya Kristo, ambayo inatii hadi kufikia mahali pa kifo.

Kuwa mwaminifu katika nyumba yote ya Mungu

Mtu huwa katika kiwango cha nne cha imani anapompenda Yesu Kristo kwa kiwango cha juu zaidi na kuwa na upendo wa kiroho unaoelezwa katika 1 Wakorintho 13, na kuzaa tunda la Roho Mtakatifu kama linavyoonyeshwa katika Wagalatia 5. Juu ya hilo, unaweza kupata imani ya kumpendeza Mungu unapotimiza zile Heri za Mathayo 5 na ni u mwaminifu katika nyumba yote ya Mungu. Kwa nini iwe hivi?

Kuna tofauti kati ya upendo kama tunda la Roho Mtakatifu na upendo kama unavyofasiliwa katika 1 Wakorintho 13. Upendo katika 1 Wakorintho 13 ni fasili ya upendo wa kiroho, ilihali upendo kama tunda la Roho Mtakatifu ni ule upendo usiokoma unaotimiza sheria.

Kwa hivyo, upendo kama tunda la Roho Mtakatifu unachukua schemu kubwa kuliko ile inayochukuliwa na upendo unaoelezwa katika 1 Wakorintho 13. Kwa maneno mengine, wakati sadaka ya Yesu Kristo aliyetimiza sheria na upendo pale msalabani ipoongezwa juu ya upendo 1 Wakorintho 13, inaweza kuitwa "upendo kama tunda la Roho Mtakatifu."

Furaha hutoka juu pamoja na furaha ya kiroho na amani kwa sababu mambo ya kimwili ndani yako hupotea jinsi upendo wa kiroho unavyoendelea kukomaa ndani yako. Inakuwa na maana kwako wakati tu unapojaa furaha na unapojaa vitu vizuri peke yake, kwa sababu unaona, unasikia, na unafikiri juu ya vitu vizuri peke yake.

Huchukii mtu yeyote kwa sababu hakuna chuki ndani yako. Unabubujika furaha kwa sababu ungependa kutumikia wengine zaidi, kuwapa vitu vizuri, na kujitoa kwa ajili yao. Ingawa unaishi katika ulimwengu huu, hutafuti mambo ya kimwili katika kutimiza matakwa yako mwenyewe; badala yake umejaa tumaini la mbinguni, unafikiri juu ya jinsi utakavyopanua ufalme wa Mungu na haki yake, na kumpendeza kwa kuwaokoa watu wengine zaidi. Unaweza kuishi katika amani na majirani zako kwa sababu unafurahia raha ya kweli na una amani akilini mwako kuwatunza kadri furaha inavyozidi kukujia.

Licha ya hayo, unaweza kuwa na uvumilivu na tumaini la mbinguni kadri ulivyo na amani na wengine. Unaweza kuwaonyesha wema watu wengine kwa sababu unaweza kuwahurumia jinsi ulivyo na uvumilivu. Unapata uzuri kwa sababu huteti wala kupaza sauti yako, huvunji mwanzi uliopondeka wala kuzima utambi utokao moshi kama wewe ni mwema. Watu wenye wema wanaweza kuwa waaminifu kiroho kwa sababu wameacha ubinafsi.

Kando na hayo, kiasi cha uaminifu kiko tofauti kati ya wale ambao ni waaminifu, kulingana na uwanja wa kila moyo wa mtu. Jinsi mtu anavyokuwa na upole mwingi zaidi, ndivyo anavyokamilisha kiasi cha uaminifu cha juu zaidi. Unaweza kuona upana wa upole wa mtu kama ni mwaminifu katika nyumba yote ya Mungu. Hutimiza wajibu wake wote kwa uaminifu nyumbani na kazini, katika uhusiano wake na wengine, na kanisani. Kwa hiyo, Musa, ambaye alikuwa mtu mpole sana kuliko wanadamu wote waliokuwa juu ya uso wa nchi, aliweza kuwa mwaminifu katika kila wajibu aliopewa.

Juu ya hayo, unawezaje kuwa mkamilifu bila kiasi? Unapaswa kuwa mwaminifu katika nyumba yote ya Mungu na kiasi, kwa sababu haiwezekani kuwa na urari mzuri katika kila nyanja bila kuwa na kiasi. Kwa hiyo, huwezi kuwa mwaminifu katika nyumba yote ya Mungu bila tunda la kiasi hata kama umezaa matunda mengine manane ya Roho Mtakatifu.

Kwa mfano, natuseme unakutana na rafiki yako mahali fulani baada ya mkutano wa ushirika. Ungekuwa ujeuri mkubwa kwa rafiki yako kama ulikawia au kubadilisha wakati kwenye simu, sio kwa sababu huo mkutano mdogo wa ushirika uliendelea hadi kuchelewa, lakini kwa sababu baada ya huo mkutano ulibaki kuzungumza na watu katika hicho kikundi. Vivyo hivyo, unawezaje kuwa mwaminifu katika nyumba yote ya Mungu kama huwezi kutimiza ahadi ndogo au kutimiza miadi kama hii bila kuzaa tunda la kiasi? Ni lazima utambue kwamba utakuwa mwaminifu katika nyumba yote ya Mungu wakati tu maisha yako yatawiana na tunda la kiasi

Upendo wa Kiroho, Tunda la Roho, na Heri

Heri huja juu yako kiasi cha kukufanya uwe na upendo wa kiroho na tunda la Roho Mtakatifu na kuvifanyia kazi. Heri ni

Imani ya Kumpendeza Mungu

hulka ya mtu kama chombo na unaweza kuwa mwaminifu kikamilifu katika nyumba yote ya Mungu wakati tu heri zinapokuja juu yako kikamilifu kwa kutenda na kuishi kabisa mambo yale unayoyakuza moyoni mwako.

Katika historia karibu yote ya Korea, washauri watiifu kwa wafalme walichukulia kila jambo la serikali kama jambo lao la kibinafsi. Kwa njia hii, washauri hawa waliweza kuwatumikia wafalme na kuwasaidia kufanya uamuzi mzuri, hata kama jambo hilo wakati mwingine lilimaanisha mateso au hata kifo kwa mtu huyo. Wao hawakupenda wafalme wao peke yao, bali pia walipenda nchi yote kama walivyojipenda wenyewe na kuwa na tabia ilinganayo na hayo.

Kwa upande mmoja, hawa washauri watiifu pia waliwatumikia wafalme wao hadi mwisho hata kwa kuhatarisha maisha yao wenyewe. Kwa upande mwingine, washauri wengine walionekana watiifu kwa wafalme wao lakini wakajiuzulu na kuishi maisha ya upweke wakati mfalme alipokataa kufuata ushauri wao wa kweli waliomwambia mara nyingi. Hata hivyo, washauti wa kweli wa kifalme na watawaliwa hawakufanya hivyo. Walikuwa watiifu kwa mfalme hadi mwisho hata kama mfalme aliwapuuza na kukataa ushauri wao. Mfalme wao angeweza kuwakataa, kukataa ushauri wao, au kuwavunjia heshima bila sababu. Walakini hawakuwa na hisia kali dhidi ya mfalme na hawakubadili mawazo yao hata kama wangepoteza maisha yao.

Hulka ya mtu kama chombo na hulka ya moyo wa mtu

Ili uweze kuelewa waziwazi maana ya "kuwa mwaminifu katika nyumba yote ya Mungu," kwanza natuangalie hulka ya mtu kama chombo na hulka ya moyo wa mtu.

Kiasi cha hulka ya mtu kama chombo kiko tofauti kutoka mtu mmoja hadi mwingine, kutegemea kiasi anachoufanyia kazi moyo wake hata uwe mzuri, au kiasi anachobadilisha moyo wake uwe moyo mpole. Kwa hivyo, hulka ya mtu kama chombo huamuliwa na wakati ule mtu huyo anapofanya vile anavyoambiwa au la au kama anatii au la.

Basi, ni jambo gani linaloleta tofauti ya kutambulika katika hulka ya mtu kama chombo? Inategemea na jinsi mtu anavyotoa mwitiko kulingana na moyo alionao juu ya Neno la Mungu na ni kiasi gani anavyotenda kile alichokitunza moyoni mwake. Kwa hiyo mtu ambaye ni chombo kizuri kuthamini Neno la Mungu na kulifikiria kwa sana ndani ya moyo wake kama Mariamu alivyofanya: "Lakini Mariamu akayaweka maneno hayo yote, akiyafikiri moyoni mwake" (Luka 2:19).

Hulka ya moyo wa mtu hutofautiana kutegemea jinsi anavyopanua akili yake katika kufanya wajibu wake au jinsi anavyotumia akili yake vizuri zaidi kufanya wajibu wake. Na kwa mfano wa njia nyingi tofauti ambazo kwa hizo watu hutoa mwitiko wa hali sawa na hiyo, nitaweka matendo ya watu yatokanayo na hulka tofauti za mioyo katika makundi manne.

Mtu wa kwanza hufanya zaidi ya yale aliyoagizwa. Kwa mfano, wakati wazazi wanapomwambia mtoto wao aokote uchafu kutoka sakafuni, yeye hasafishi sakafu peke yake lakini pia huondoa vumbi, husafisha kila pembe ya chumba, na kutupa takataka. Mtoto huyo huwapatia wazazi wake furaha na kutosheka kwa sababu yeye hufanya mambo zaidi ya matarajio ya wazazi wake. Mtoto huyo atapendwa na wazazi wake kiasi gani? Mashemasi Stefano na Filipo walikuwa watu kama hao. Walikuwa watu wenye akili pana kwa hiyo wakaweza kufanya maajabu makuu na ishara za miujiza kati ya watu kama mitume walivyofanya (Matendo 6).

Mtu wa pili hufanya yale aliyoamriwa peke yake. Kwa mfano, mtoto akiokota takataka kutoka sakafuni kulingana na amri ya wazazi wake, anaweza kupendwa na wazazi wake kwa kuwa anawatii lakini anaweza kukosa kuwapendeza.

Mtu wa tatu hafanyi yale apaswayo kufanya. Hashtuki wala kujali. Anakasirishwa hata kwa kuambiwa afanye kazi fulani. Watu kama hao, wanaodai kwamba wanamjua Mungu lakini hawaombi wala kutunza kondoo wa Yesu, wako katika kundi hili. Kutoka kwa mfano mmoja wapo wa Yesu, yule kuhani na Mlawi waliomuona mtu aliyenyang'anywa na wakapita kando ya njia, pia wako katika kundi hili (Luka 10). Kwa sababu watu kama hao hawana upendo, hivyo wanaweza kufanya yale ambayo Mungu anachukia zaidi, kama vile kiburi, kuzini, na kumsaliti Mungu.

Mtu wa mwisho hufanya mambo yawe mabaya zaidi na kwa kweli huzuia hiyo kazi isikamilike. Ni afadhali kwake kama hangeanza hiyo kazi kabisa. Mtoto anayevunja chungu cha maua wakati anapowakasirikia wazazi wake kwa kuambiwa aokote takataka sakafuni, yuko katika kundi hili.

Moyo mkarimu na uaminifu katika nyumba yote ya Mungu

Nilipokuwa naeleza makundi maane ya hulka ya mtu, mtu anaweza kutambuliwa kuwa na chombo kikubwa anapofanya wajibu wake zaidi ya vile anavyotarajiwa. Ni kwa sababu ukubwa wa mtu kama chombo hutegemea jinsi yeye anavyopanua akili yake na tumaini na jinsi anavyong'ang'ana kikweli. Akifanya chochote kanisani, au kazini au nyumbani, yote ni sawa.

Kwa hivyo, wakati mtu anapopewa kazi fulani, akitii na "Amina," anaweza kuchukuliwa kama chombo kikubwa. Mtu huyo anaweza kutambuliwa kama mtu mwenye moyo mkarimu wakati anapotii na kufanya kile alichoamriwa na pia kukikamilisha zaidi ya alivyotarajiwa kwa ukweli na akili pana. Katika maana hii, kuwa mwaminifu katika nyumba yote ya Mungu kunahusiana na kiasi cha ukarimu. Ukweli hutegemea kiasi cha ukarimu.

Natuchunguze watu fulani ambao walikuwa waaminifu katika nyumba yote ya Mungu. Katika Hesabu 12:7-8 unatambua Mungu alimpenda Musa kiasi gani, Musa ambaye alikuwa mwaminifu katika nyumba yote ya Mungu. Vifungu hivi vinatwambia jinsi ilivyo muhimu kuwa mwaminifu katika nyumba yote ya Mungu:

Sivyo ilivyo kwa mtumishi wangu, Musa;

Yeye ni mwaminifu katika nyumba yangu yote; Kwake nitanena mdomo kwa mdomo, Maana, waziwazi wala si kwa mafumbo; Na umbo la BWANA yeye ataliona. Mbona basi ninyi hamkuogopa Kumnenea mtumishi wangu, huyo Musa?

Musa hakuwa na upendo wa kila mara na moyo usiobadilika peke yake kwa ajili ya Mungu, bali pia alikuwa na mtazamo ule ule kwa watu wake na kwa familia yake, na akafanya wajibu wake bila kubadilisha mawazo. Siku zote aliweza kuchagua vitu vya Mungu vya milele kwanza, sio utukufu wake na utajiri, na akampendeza Mungu kwa imani. Alikuwa mwaminifu sana hata akamwomba Mungu awaokoe watu wake kwa kuhatarisha maisha yake wakati Waisraeli walipofanya dhambi.

Musa alifanya namna gani wakati watu walipotengeneza sanamu ya ndama wa ng'ombe wa dhahabu na kuiabudu, wakati aliporudi na vipande vya mawe vya amri kumi alizopewa na Mungu baada ya kufunga kwa siku arobaini? Watu wengi, wangekuwa Musa, labda wangesema, "Siwezi kuwavumilia tena. Mungu tafadhali fanya utakavyo!"

Lakini Musa akamwomba Mungu kwa bidii ili awasamehe dhambi zao. Alikuwa tayari na akapenda kutoa maisha yake, kama dhamana kutoka katika kilindi cha moyo wake na upendo mwingi juu yao.

Ni sawa na Ibrahimu, baba wa imani. Wakati Mungu alipopanga kuharibu miji ya Sodoma na Gomora, Ibrahimu hakuona kwamba haimhusu. Badala yake alimsihi Mungu awaokoe watu wa Sodoma na Gomora: "Huenda wakawapo wenye haki hamsini katika mji, utaharibu, wala hutauacha mji kwa ajili ya hao hamsini wenye haki waliomo?" (Mwanzo 18:24)

Kisha akamwomba Mungu aihurumie miji hiyo na asiiharibu endapo kulikuwa na watu arobaini na watano wenye haki. Na aliendelea kumuomba Mungu asiuharibu ikiwa idadi ya watu wenye haki ni arobaini, thelathini na tano, thelathini, ishirini, au kumi. Mwisho wake, Ibrahimu alipoke jibu la mwisho kutoka kwa Mungu: "Sitaharibu kwa ajili ya hao kumi" (Mwanzo 18:32). Hata hivyo, miji hiyo miwili iliharibiwa kwa sababu hapakuwa na hata watu kumi wenye haki katika miji hiyo.

Licha ya hayo, Ibrahimu aliacha haki yake ya kuchagua kwa ajili ya mkwa wake Lutu. Alimwacha achague nchi nzuri wakati ile nchi waliyokuwa wakiishi ilikuwa haiwezi kuwatosheleza tena, kwa sababu mali zao zilikuwa nyingi sana. Lutu akajichagulia bonde lote lililoonekana zuri kwake na akasafiri kwenda huko.

Baadaye, Sodoma na Gomora ilishindwa vitani na watu wengi wakachukuliwa mateka, Lutu mkwa wa Ibrahimu alikuwa pamoja nao. Basi, akihatarisha maisha yake mwenyewe, Ibrahimu alimfuata adui na watu 318 akamwokoa Lutu na mateka wengine na akarudisha mali zao.

Wakati huo, mfalme wa Sodoma akamsalimia Ibrahimu na kumwambia, "Nipe mimi hao watu na hizo mali uchukue wewe" (kif. 21). Lakini Ibrahimu hakuchukua chochote kutoka kwenye nyara hizo, akasema, Sitatwaa uzi wala gidamu ya kiatu wala cho chote kilicho chako" (kif. 23). Kwa kweli alimrudishia mfalme wa Sodoma vitu vyote (Mwanzo 14:1-24).

Vivyo hivyo, Ibrahimu alikuwa na mtazamo wa kudumu

alipokutana au kushirikiana na mtu yeyote, hakumuumiza wala kumsumbua mtu yeyote. Hakuwafariji watu tu na kuwapa furaha na tumaini peke yakee, bali pia aliwapenda na kuwahudumia kwa uaminifu.

Jinsi ya kuwa mwaminifu katika nyumba yote ya Mungu

Musa na Ibrahimu walikuwa watu wenye ukarimu mkubwa, na walikuwa wanyoofu, wakamilifu, na wakweli bila kupuuza chochote. Ni jambo gani unalopaswa kufanya ili uwe mwaminifu katika nyumba yote ya Mungu?

Kwanza, ni lazima ujaribu kila kitu na ushikilie uzuri bila kuzima moto wa Roho na kudharau unabii. Kwa maneno mengine, unapaswa kuona, kusikiliza, na kufikiri juu ya uzuri, kusema ukweli, na kwenda mahali pazuri peke yake.

Pili, ni lazima ujikane na ujitoe kwa upendo wa kiroho kwa ajili ya ufalme wa Mungu na haki yake. Ili uweze kufanya hivyo, unapaswa kusulubisha hali ya dhambi pamoja na mawazo yake mabaya na tamaa zake. Utaweza kuamua ni kipi cha kupewa kipaumbele maishani mwako na ufanye kile kimpendezacho Mungu, unapotamani mambo ya kiroho bila kufunguwa na ulimwengu.

Ni lazima ung'ang'ane kwa bidii kuwa na imani ya kumpenda Mungu kwa kiwango cha juu zaidi kama tayari umesimama juu ya mwamba wa imani. Kama una imani ya kumpenda Mungu kwa kiwango cha juu zaidi, basi unahitaji kuingia haraka mkondo ambao ndani yake unaweza kumpendeza Mungu kwa kuwa mwaminifu katika nyumba yote ya Mungu.

Kuwa na imani ya kumpendeza Mungu ni sawa na kuwafanya wanafunzi wafuzu kutoka chuo au shule ya shahada. Baada ya kufuzu, unaenda ulimwenguni na unaweza kutumia yale uliyojifunza shuleni ili ufanikiwe katika ulimwengu huu.

Vivyo hivyo, ufikapo kiwango cha nne cha imani, eneo la kiroho la ndani zaidi litafunuliwa mbele yako kwa sababu eneo la kiroho lina kina, urefu, na kimo kikubwa kisicho na mwisho

Unapoingia kiwango cha tano cha imani, kwa kiasi fulani unaelewa moyo wa Mungu wenye kina na mkarimu. Utaweza kuelewa Mungu ana upendo kiasi gani, na ni kwa jinsi gani Mungu amejaa upendo, huruma, msamaha, wema, na uzuri. Pia utaweza kuona upendo wake mkuu kwa sababu unahisi kwamba Bwana anatembea nawe na uanze kutoa machozi unapowaza juu ya Bwana.

Kwa hivyo, unapaswa kuwa mtu wa ukarimu mkubwa na utiifu mwingi zaidi, kujitoa kwingi zaidi, na upendo mwingi zaidi, ukijua kwamba kuna tofauti kubwa zaidi kati ya kiwango cha nne na cha tano cha imani katika upande wa upendo wa kiroho na kujitoa. Pia ninatumaini kwamba utapokea kila kitu kutoka kwa Mungu na utapokea aina ya imani inayoweza kumpendeza Mungu, na kwamba utabarikiwa vya kutosha kuonyesha na kufanya maajabu na ishara pamoja na kuomba bila kukoma

Naomba ufurahie baraka hizi zote ambazo Mungu amekutayarishia, katika jina la Yesu Kristo ninaomba!

Sura ya 9

Ishara Zifuatanazo naWale Walioamini

*"Na ishara hizi zitafuatana
na hao waaminio;
kwa jina langu watatoa pepo;
watasema kwa lugha mpya;
watashika nyoka;
hata wakinywa kitu cha kufisha, hakitawadhuru kabisa;
wataweka mikono yao juu ya wagonjwa,
nao watapata afya."
(Marko 16:17-18)*

Tunamwona Yesu akifanya ishara nyingi katika Biblia. Ishara hizi zinafanywa kwa nguvu za Mungu kupita mipaka ya uwezo wa mwanadamu. Ishara ya kwanza kufanywa na Yesu ni ipi? Ni lile tukio la kugeuza maji kuwa divai katika harusi kule Kana ya Galilaya, kama inavyoelezwa katika Yohana 2:1-11. Yesu alipojua kwamba divai imeisha, aliwaambia watumishi wajaze mabalasi sita ya maji na yajae kabisa. Kisha wakateka mengine wakaenda kumpa mwendeshaji wa sherehe, halafu mwendeshaji wa sherehe alipoonja divai iliyokuwa imegeuzwa kutokana na maji, akaisifu divai ile kwa utamu wake..

Kwa nini Yesu Mwana wa Mungu aligeuza maji yakawa divai kama ishara yake ya kwanza aliyoifanya? Tukio hilo linaashiria mambo mengi ya kiroho. Kana ya Galilaya inasimamia ulimwengu huu na sherehe ya harusi inawakilisha wakati wa mwisho wa ulimwengu huu ambapo watu hula hadi wakatosheka, na wakalewa, na wakachafuliwa kikamilifu na uovu (Mathayo 24:37-38). Maji yanaashiria Neno la Mungu na divai ni damu ya thamani ya Yesu Kristo.

Kwa hivyo ishara ya kugeuza maji kuwa divai inaonyesha kwamba damu ya Yesu wakati aliposulubiwa msalabani ingekuwa damu inayompa mwanadamu uzima wa milele. Watu waliisifu hiyo divai kwa utamu wake. Inamaanisha kwamba watu wana furaha kwa sababu dhambi zao zimesamehewa kwa kunywa damu ya Yesu na kupata tumaini la mbinguni.

Tukianza na hii ishara ya kwanza, Yesu alionyesha ishara nyingi za ajabu. Alimwokoa mtoto aliyekuwa anakufa; akafanya muujiza wa kuwalisha watu elfu tano na mikate mitano na samaki wawili; akatoa pepo; akawafanya vipofu waone, alimfufua Lazaro, ambaye alikuwa amekufa siku nne zilizopita.

Nini, tena, je, kufanya ishara kama hizo ndilo lililokuwa lengo kuu la Yesu? Lilikuwa kuwaokoa watu na kuwafanya wawe na imani kama alivyotwambia katika Yohana 4:48, "Msipoona ishara na maajabu hamtaamini kabisa." Hiyo ndiyo sababu hata leo, Mungu, ambaye anachukulia hata nafsi moja kuwa ya thamani zaidi kuliko ulimwengu wote, hutuonyesha ishara nyingi kupitia wale wenye imani ambao wanaweza kutoa maisha yao kuokoa watu.

Sasa natuangalie kwa utondoti ishara mbalimbali zinazofuatana na wale wenye imani ya kumpendeza Mungu.

1. Kutoa Pepo

Biblia inakwambia waziwazi juu ya kuwepo kwa pepo, ingawa watu wengi leo hubisha na kusema, "Hakuna pepe." Pepo ni aina ya roho mbaya ambazo ziko kinyume na Mungu. Kwa jumla, huwadanganya watu wanaoabudu sanamu kwa kuwaletea majaribu na matatizo, na kuwafanya watu kama hao wawatumikie kwa bidii zaidi.

Hata hivyo, unapaswa kumtoa na kumtawala kama una imani ya kweli, kwa sababu Yesu anatwambia, "Na ishara hizi zitafuatana na wale walioamini: kwa jina langu watatoa pepo."

Pia tunapata katika Yohana 1:12, "Bali wote waliompokea aliwapa uwezo wa kufanyika watoto wa Mungu, ndio wale waliaminio jina lake." Itakuwa aibu iliyoje kama wewe kama mtoto wa Mungu unaogopa pepo au badala yake unatawalwa na ujanja wake?

Wakati mwingine, waamini wapya ambao hawana imani ya kiroho hukatishwa na pepo wanapoenda katika mlima wa maombi kuomba peke yao. Watu wengine waliweza hata kupagawa na pepo kwa sababu wanaomba vipawa vya Mungu na nguvu huku hawajaribu kuacha ubaya wao.

Waamini wapya, kwa hivyo, wanapaswa kuandamana na viongozi wa kiroho wanaoweza kutoa pepo katika jina la Yesu Kristo, wanapotaka kwenda katika mlima wa maombi, ndipo wataweza kuomba bila vizuizi vyovyote.

Kutoa pepo katika jina la Yesu Kristo

Ni sawa na wahudumu na wafanyikazi wa kanisa wanapowatembelea washirika. Lazima kwanza wafukuze pepo kupitia kwa kuchanganua mambo ya kiroho, halafu wale waliotembelewa wataweza kufungua mioyo yao na kupokea neema ya Mungu na kupata imani kwa ujumbe wao. Hata hivyo, matembezi hayo yanaweza kukatizwa kama utamtembelea mshirika bila kumfukuza adui Shetani mapema. Mshirika unayemtembelea anaweza kukosa kufungua moyo wake hivyo basi asiweze kupokea neema na kuwa na imani. Yule ambaye macho ya kiroho yamefunguliwa hutofautisha kwa urahisi pepo wachafu wanaozuia. Wengine wamepagawa kabisa na pepo, lakini mara nyingi watu wanatawalwa kiasi fulani na pepo katika fikira zao. Hupinga ukweli wakati Shetani anapofanya kazi katika mawazo yao kwa sababu bado wana imani dhaifu au mabaki ya hali ya dhambi kama vile uzinzi, wizi, kudanganya, hasira, wivu na husuda ndani yao. Mioyo ya watu inaweza kubadilika wanaposikia ujumbe ukihubiriwa na mhuduma mwenye nguvu za kiroho za kutosha kufukuza pepo katika jina la Yesu Kristo.

Watu wanaweza kutubu kwa machozi kwa sababu wameguswa sana ndani ya mioyo yao au wametambua dhambi zao wakati mhudumu anahubiri ujumbe kwa nguvu alizopewa na Mungu. Pia wanaweza kupewa imani ya nguvu kupambana na dhambi. Baada ya miezi michache, wanaweza kutambua jinsi walivyobadilika katika hulka yao na imani. Kwa njia hii, inawezekana kwao kubadilika hata katika hali yao katika kweli.

Katika hizi Injili nne, unaona kwamba watu wengine walibadilishwa katika utu wao wa ndani baada ya kukutana na Yesu. Kwa mfano, ingawa mtume Yohana mara ya kwanza alikuwa mtu mwenye ghadhabu kali sana hata akaitwa mwana wa ngurumo (Marko 3:17), alibadilishwa hata akaitwa "mtume wa upendo" kwa kuwa alikutana na Yesu.

Vivyo hivyo, mtu mwenye imani kamilifu anaweza kubadilisha watu wengine jinsi alivyofanya Yesu. Pia anaweza kufukuza pepo katika jina la Yesu Kristo kwa sababu ana nguvu za kumtawala adui Shetani.

Jinsi ya kutoa pepo

Kuna visa tofauti katika kuwafukuza pepo. Wakati mwingine, huenda mara moja kupitia kwa maombi, na wakati mwingine hawatatoka hata kama utaomba mara mia moja. Kama mtu mwenye imani atapagawa na pepo kwa sababu ya Mungu kugeuza uso wake dhidi yake baada ya kumuudhi kwa njia fulani, pepo aliye ndani yake anaweza kutolewa kirahisi wakati anapopokea maombi baada ya kutubu kwa machozi. Hii ni kwa sababu ana imani tayari na anajua Neno la Mungu.

Ni wakati gani inakuwa vigumu kufukuza pepo hata kwa kuomba sana? Ni wakati pepo mchafu sana anapompagaa mtu asiye na imani na ambaye hajui ukweli. Katika kisa kama hicho, si rahisi kwake kuwa na imani na huku amepagawa na pepo kwa sababu uovu umekita mizizi kabisa ndani yake. Ili mtu huyo apate kuwekwa huru, ni lazima mtu amsaidie kuwa na imani, afahamu ukweli, atubu na kuvunja ukuta wa dhambi.

Pia, kama kuna tatizo katika maisha ya wazazi ndani ya Kristo, mtoto wao mpendwa anaweza kupagawa na pepo. Katika kisa kama hicho, mtoto hawezi kuwekwa huru kutokana na pepo huyo mpaka wazazi watubu dhambi zao, wapokee wokovu na wasimame wima juu ya mwamba wa imani.

Kuna kisa cha kuathiriwa na nguvu za giza pia. Unaweza kuona mtu akiishi maisha ya uchungu katika imani kwa sababu ana ugumu wa kufungua moyo wake, na mawazo ya kiulimwengu, tashwishi, na uchovu humzuia kusikiliza ujumbe hata anapojaribu kufanya hivyo kwa bidii.

Kisa kama hicho kinaweza kufanyika kwa sababu nguvu za giza zinaweza kufanya kazi juu ya familia ya mtu kama mababu zake walitumikia miungu kwa uaminifu au wazazi wake ni wachawi au waabudu sanamu. Walakini, pepo atamtoka, na yeye na familia yake wataokolewa, wakati atakapobadilika na kuwa mtoto wa nuru kwa kusikiliza Neno la Mungu kwa bidii na kuomba kwa bidii.

Lakini, Mungu anachukia sana ibada za sanamu hivi kwamba kuna ukuta mkubwa wa dhambi kati ya Mungu na mwabudu sanamu. Matokeo yake ni kwamba, ni aendelee kupambana dhidi yake mwenyewe ili aishi katika ukweli mpaka auvunjilie mbali huo ukuta wa dhambi. Anaweza kufunguliwa haraka kwa kutegemea jinsi anavyoomba kwa ari na kubadilika.

Hali zinazoweza kuwafanya pepo wasitoke

Ni wakati gani pepo hawatoki hata wakiamriwa katika jina la Yesu Kristo?

Pepo hawatoki ikiwa mtu alikuwa amemwamini Bwana lakini dhamiri yake ni kama ambaye imeunguzwa kwa chuma cha moto baada ya kumwacha Bwana. Hawezi kumrudia Bwana hata akijaribu kwa sababu nafasi ya dhamiri yake nzuri imechukuliwa kabisa na mambo maovu.

Hiyo ndiyo sababu tunapata katika 1 Yohana 5:16, Iko dhambi iliyo ya mauti. Sisemi ya kwamba ataomba kwa ajili ya hiyo." Yaani, Mungu hamjibu hata akiomba.

Dhambi iliyo ya mauti ni ipi? Ni kukufuru au kusema

kinyume cha Roho Mtakatifu. Mtu afanyaye dhambi hii hawezi kusamehewa katika ulimwengu huu wa sasa na hata ule ujao. Kwa hivyo mtu kama huyo hawezi kuokolewa kamwe hata akiomba bila kukoma. Katika Mathayo 12:31, Yesu anatwambia kwamba kumkufuru Roho hakutasamehewa. Kumkufuru Roho maanake ni kutatiza kazi ya Roho Mtakatifu kwa akili ya uovu, kuhukumu na kutia hatiani kazi za Roho kwa kupenda kwake mwenyewe. Kwa mfano, ni kufuru wakati watu wanapohukumu kanisa ambamo kazi za Mungu zinafanyika na kusema ni "mafundisho yasiyo ya kweli," kufanya madai ya uongo na kusambaza uvumi juu ya kanisa hilo (Marko 3:20-30).

Pia Yesu alisema katika Mathayo 12:32, "Mtu ye yote atakayenena neno juu ya Mwana wa Adamu atasamehewa, bali yeye atakayenena neno juu ya Roho Mtakatifu hatasamehewa katika ulimwengu wa sasa, wala katika ule ujao." Tena katika Luka 12:10 Yesu anatukumbusha, "Na kila mtu atakayenena neno juu ya Mwana wa Adamu atasamehewa, bali aliyemkufuru Roho Mtakatifu hatasamehewa."

Mtu yeyote atakayenena neno juu ya Mwana wa Adamu, kwa sababu anafanya hivyo bila kumjua, anaweza kusamehewa dhambi zake. Lakini yeye atakayenena neno juu ya Roho Mtakatifu hatasamehewa na ataendea njia ya kifo kwa sababu anazuia kazi ya Mungu na kumkufuru Roho hata kama tayari amemkubali Yesu Kristo na kumpokea Roho Mtakatifu. Kwa hivyo, hupaswi kufanya dhambi za kufuru dhidi ya Roho na kusema neno kinyume cha Roho Mtakatifu, ukifahamu kwamba dhambi hizi ni kubwa sana hata haziwezi kusamehewa, licha ya kukosa kuokolewa.

Waebrania 10:26 inatwambia kwamba mtu akiendelea kufanya dhambi kwa makusudi hata baada ya kupokea ujuzi wa ukweli, hakuna sadaka ya dhambi iliyobaki. Mtu huyo anajua vizuri dhambi ni nini kupitia kwa Neno la Mungu na hapaswi kufanya mambo maovu pia.

Lakini, kama atafanya dhambi kwa makusudi na kwa kujua, basi dhamiri yake hufa ganzi polepole hata isihisi dhambi na huwa kama ambayo imeunguzwa kwa chuma cha moto. Mwishowe, ataachwa kwa sababu hawezi kupokea Roho ya kutubu.

Hata hivyo, kwa wale ambao wamekwisha kupewa nuru, na kukionja kipawa cha mbinguni, na kufanywa washirika wa Roho Mtakatifu, na kulionja Neno zuri la Mungu na kuonja nguvu za kipindi kijacho, haiwezekani kwao kufanywa upya tena hata wakatubu baada ya "ya kuanguka" kwa sababu wamemsulubisha Mwana wa Mungu mara ya pili na kumfedhehesha hadharani (Waebrania 6:4-6).

Kwa watu kama hao ambao wamepokea Roho Mtakatifu, wana ujuzi wa mbinguni na jehanamu, na wanajua Neno la Mungu, na bado wakijaribiwa na ulimwengu huanguka na kufedhehesha utukufu wa Mungu, hawatapewa nafasi ya kutubu tena.

Isipokuwa katika visa vingi vilivyotajwa awali, ambavyo kutokana na hivyo Mungu hana la kufanya ila kuugeuza uso wake, unaweza kumtawala adui Shetani na ibilisi. Hiyo ndio sababu pepo hawana la kufanya ila kutolewa wakati unapowaamuru katika jina la Yesu Kristo.

Omba bila kukoma huku ukiishi katika kweli yote

Mtumishi au mfanyakazi wa Mungu atasikia uchungu wa namna gani kama pepo hawatoki hata akiwaamuru katika jina la Yesu Kristo? Kwa hiyo, kawaida unahitaji kupokea nguvu ya kutawala na kumdhibiti adui Shetani na ibilisi. Ili uweze kufanya ishara ziambatanazo na wale walioamini, ni lazima ufikie hali ya kumpendeza Mungu sio tu kwa kukaa kikamilifu katika ukweli na kumpenda Mungu kutoka katika vilindi vya moyo wako, lakini pia uombe kwa ari bila kukoma.

Muda mfupi baada ya kuanzisha kanisa langu, kijana mmoja aliyekuwa na kifafa alikuja kutoka Mkoa wa Gang-won ili akutane nami baada ya kusikia habari juu ya huduma yangu ya uponyaji. Hata ingawa alifikiria alikuwa anamtumikia Mungu vizuri sana kama mwalimu wa Shule za Jumapili na mwanakwaya, hakujaribu kuacha dhambi zake lakini badala yake aliendelea kutenda dhambi kwa sababu alikuwa na kiburi kupita kiasi. Matokeo yake ni kwamba, pepo mwovu aliingia akili yake iliyotiwa unajisi na huyo bwana akawa akiteseka kutokana na huyo pepo sana.

Kazi ya uponyaji ilidhihirishwa kwa sababu ya maombi ya bidii ya babake na kujitolea kwa ajili ya mwanawe. Nilipohakikisha huyo pepo alikuwa ni nani na kumtoa kwa maombi, huyo kijana alipoteza fahamu na kuanguka chali huku povu na harufu mbaya vikitoka mdomoni mwake. Huyo kijana alirudi nyumbani baada ya kujihami kwa Neno la Mungu kanisani kwangu na akawa mtu mpya katika Kristo. Baadaye, nilisikia kwamba alikuwa anatumikia kanisa lake kwa uaminifu na kutoa ushuhuda wa kuponywa kwake.

Juu ya hayo, siku hizi watu wengi huwekwa huru kutokana na pepo au nguvu za giza kuvuka mipaka ya wakati na nafasi. Hii hufanyika kupitia kwa maombi ya kitambaa nilichokuwa nimekiombea.

Katika tukio moja, kijana mmoja kutoka Ul-san, Mkoa wa Kyungnam alipigwa vibaya na watu wa tabaka la juu na rafiki zake wakati wa mwaka wa kwanza katika shule za upili, kwa sababu alikataa kuvuta sigara pamoja nao. Hivyo basi huyo kijana aliugua vibaya kutokana na uchungu, na hatimaye akapagawa na pepo na akalazwa hospitalini katika taasisi ya mambo ya ubongo kwa miezi saba. Lakini aliwekwa huru kutokana na pepo huyo baada ya kupokea maombi kupitia kwa kile kitambaa ambacho nilikuwa nimekiombea. Afya yake ilirejea na sasa ni mfanyakazi wa thamani katika kanisa lake.

Kazi kama hizo pia zinafanyika kule nchi za nje. Kwa mfano, kule Pakistani mshirika alikuwa ameugua kutokana na pepo mchafu kwa miaka minne lakini akafunguliwa kupitia maombi ya kitambaa, na akampokea Roho Mtakatifu na kipawa cha kunena kwa lugha mpya.

2. Kusema kwa Lugha Mpya

Ishara ya pili ifuatanayo na wale walioamini ni kunena kwa lugha mpya. Kunena kwa lugha mpya ni nini hasa? 1 Wakorintho 14:15 inasema, "Nitaomba kwa roho, tena nitaomba kwa akili pia; mtaimba kwa roho, tena nitaimba kwa akili pia." Unaweza kuona kuwa roho ni tofauti na akili. Basi kuna tofauti gani kati ya roho na akili?

Kuna akili aina mbili katika moyo wa mtu: akili ya ukweli na akili ya uongo. Akili ya ukweli ni roho, yaani akili nyeupe. Akili ya uongo/dhambi ni mwili, yaani akili nyeusi. Baada ya kumkubali Yesu Kristo, moyo wako unajazwa kwa roho jinsi unavyoomba na kuacha dhambi kwa kuishi kwa Neno la Mungu, kwa sababu dhambi zinangolewa kwa kiasi hicho.

Hatimaye, moyo wako unajazwa kwa roho kidogo kidogo, bila uongo/dhambi yoyote kubaki wakati unapofikia kiwango cha nne cha imani cha kumpenda Mungu kwa kiwango cha juu zaidi. Zaidi ya hayo, kama una imani ya kumpendeza, moyo wako hujazwa na roho kikamilifu na ii inaitwa "roho kamili." Katika daraja hili, akili yako ni roho na roho ndiyo akili yako.

Kunena kwa lugha mpya

Wakati roho kama hiyo ndani yako inapomwomba Mungu katika uvuvio wa Roho Mtakatifu, hii inaitwa "kuomba kwa lugha." Kuomba kwa lugha ni mazungumzo kati yako na Mungu na kwa hiyo ina manufaa makubwa sana kwa maisha yako katika

Kristo kwa sababu adui Shetani hawezi kuyasikia.

Kipawa cha kusema kwa lugha kwa jumla hupewa mtoto wa Mungu wakati anapoomba kwa bidii katika mjazo wa Roho Mtakatifu. Mungu anataka kutoa kipawa hicho kwa kila mtoto wake.

Unapoomba kwa lugha kwa ari, unaweza kuimba wimbo katika lugha bila kufahamu, unaweza kucheza, au hata kwenda na mdundo katika uvuvio wa Roho Mtakatifu. Hata mtu ambaye kawaida si mzuri wa kuimba anaweza kuimba vizuri sana na hata mtu ambaye kwa kawaida hajui kucheza vizuri anaweza kucheza vizuri zaidi kuliko wachezaji wa kulipwa kwa sababu Roho Mtakatifu anamtawala mtu huyo kikamilifu.

Zaidi ya hayo, mtu anaweza kuwa na tukio jipya la kiroho kupitia kwa kusema kwa lugha tofauti anapoingia kwenye daraja la ndani zaidi. Huku kunaitwa "kunena kwa lugha mpya." Unaweza kunena kwa lugha mpya mara tu unapoomba kwa lugha katika kiwango cha tano cha imani.

Kuwa na nguvu za kutosha kumtoa adui Shetani

Kusema kwa lugha mpya kuna nguvu sana hata adui Shetani anakuogopa na huenda zake. Tuseme ukutane na mwizi wa kuvunja nyumba na atake kukudunga kisu. Wakati huo Mungu anaweza kumfanya abadilishe mawazo au amruhusu malaika wake aukaushe mkono wake ukiomba katika lugha mpya.

Pia, kama unasikia wasiwasi au unajisikia kuomba unapokuwa unaenda mahali, ni kwa sababu Mungu anailazimisha akili yako kupitia kwa Roho Mtakatifu; tayari anajua kwamba ajali iko hapo mbele. Kulingana na hayo, unapoomba katika kuitii kazi ya Roho Mtakatifu, unaweza kuzuia janga lisilotarajiwa au ajali kwa sababu adui shetani hukuondokea na Mungu hukuongoza kuizuia. Kwa hivyo, kwa kunena katika lugha mpya unalindwa na unaweza kuzuia majaribu na matatizo ya nyumbani, kazi au biashara au mahali popote bila kutatizwa na adui Shetani na ibilisi..

3. Kushika Nyoka kwa Mikono Yako

Ishara ya tatu inayofuatana na wale walioamini ni kushika nyoka kwa mikono yao. Basi, "nyoka" anaashiria nini?

Natusome Mwanzo 3:14-15:

BWANA Mungu akamwambia nyoka, Kwa sababu umeyafanya hayo, umelaaniwa wewe kuliko wanyama wote, na kuliko hayawani wote walioko mwituni; kwa tumbo utakwenda, na mavumbi utakula siku zote za maisha yako; nami nitaweka uadui kati yako na huyo mwanamke, na kati ya uzao wako na uzao wake; huo utakuponda kichwa, na wewe utamponda kisigino."

Ni mandhari ambayo nyoka analaaniwa kwa kumjaribu Hawa. Hapa, "mwanamke" kiroho anaashiria Israeli, na "uzao wake" Yesu Kristo. Kwa hivyo, uzao wa mwanamke "[kuponda kichwa cha nyoka]" maanake ni kwamba Yesu Kristo atavunja mamlaka ya kifo ya adui Shetani. Kusema kwamba "nyoka atamuuma kisigino" inatabiri juu ya adui Shetani kumsulibisha Yesu.

Pia iko wazi kabisa kwamba "nyoka" anaashiria adui Shetani kwa sababu Ufunuo 12:9 inasema, "Yule joka akatupwa, yule mkubwa, nyoka wa zamani, aitwaye Ibilisi na Shetani, audanganyaye ulimwengu wote; akatupwa hata nchi, na malaika zake wakatupwa pamoja naye."

Kulingana na hayo, "kushika nyoka" maanake ni kwamba utatenga sehemu ya adui Shetani na kuiharibu katika jina la Yesu Kristo.

Kuharibu sinagogi la Shetani

Tunapata vifungu vifuatavyo katika Kitabu cha Ufunuo:

Naijua dhiki yako na umaskini wako, (lakini u tajiri) najua na matukano ya hao wasemao ya kuwa ni Wayahudi, nao sio, bali ni sinagogi la Shetani (2:9).

Tazama, nakupa walio wa sinagogi la Shetani, wasemao kwamba ni Wayahudi, nao sio, bali wasema uongo. Tazama, nitawafanya waje kusujudu mbele ya miguu yako, na kujua ya kuwa nimekupenda (3:9).

Hapa, "Wayahudi" kama wateule wa Mungu kiroho wanaashiria watu wote wanaomwamini Mungu. Wale "wanaosema kwamba ni Wayahudi" wanaashiria watu wanaozuia kazi ya Mungu, kuihukumu na kuisengenya ati kwa sababu kazi ya Mungu haiafikiani na fikira zao, na huchukia na kunung'unika kati yao kwa sababu ya husuda na wivu.

"Sinagogi la Shetani" inaonyesha watu wawili au zaidi wamekutana na kuzungumza mambo mabaya ambayo si kweli juu ya wengine, na hivyo kuleta matatizo kanisani. Manung'uniko ya watu wachache huwachafua watu wengi na hatimaye sinagogi la Shetani linaanzishwa.

Kwa kweli, mapendekezo na maoni ya kujenga ni lazima yakubaliwe kwa ajili ya kuliendeleza kanisa. Hata hivyo ikiwa baadhi ya washirika wa kanisa wanapigana na mtumishi wa Mungu, kugawanya kanisa kwa sababu wanazozioan kuwa nzuri, na kuunda kundi kinyume na ukweli, basi hilo ni sinagogi la Shetani.

Ingawa makanisa yanapaswa kujaa upendo na utakatifu na yaungane katika ukweli, kuna makanisa mengi ambamo maombi na upendo umepoa, mwamsho umeacha kabisa, na kwa sababu hiyo ufalme wa Mungu hausimami kwa uthabiti, yote hayo ni kwa sababu ya sinagogi la Shetani.

Sinagogi la Shetani, hata hivyo, haliwezi kusukuma nguvu zake kama unaweza kuzichanganua kwa imani ya kumpendeza Mungu katika kiwango cha tano.

Hakujawahi kuwa na sinagogi la Shetani kanisani kwangu tangu hilo kanisa lianzishwe. Katika siku za kwanza za huduma yangu, kwa kweli, inaweza kuwa imetendeka kupitia kwa watu fulani ambao fikira zao zilitawalwa na Shetani kwa sababu washirika walikuwa hawajajihami kwa ukweli.

Katika kila wakati, hata hivyo, Mungu alinijulisha na akaliharibu kupitia kwa ujumbe. Kwa njia hii, kila jaribio la kuunda sinagogi la Shetani lilishindwa. Siku hizi, washirika kanisani kwangu wanaweza kutofautisha ukweli na uongo waziwazi. Wale walioingia kanisa kisiri ili waweze kuunda sinagogi la Shetani hutoka au hutubu kwa sababu ndani ya baadhi yao bado mna mioyo mizuri. Vivyo hivyo, sinagogi la Shetani haliwezi kuundwa kama hakuna mtu anayefanya litakavyo.

3. Hakuna Sumu ya Kufisha Iwezayo Kukudhuru

Ishara ya nne ifuatanayo na wale walioamini ni kwamba wanapokunywa sumu ya kufisha, haitawadhuru kamwe. Hili maanake ni nini hasa?

Katika Matendo 28:1-6 kuna kisa ambamo mtume Paulo aliumwa na nyoka katika kisiwa cha Malta. Wenyeji wa kisiwa kile walitazamia kwamba angefura au aanguke ghafla na kufa, lakini hakudhurika. Baada ya kungojea kwa muda mrefu na kuona hakuna jambo lolote lisilokuwa la kawaida linafanyika kwa Paulo, wenyeji wa kisiwa walibadilisha mawazo yao na wakasema Paulo alikuwa Mungu (kif. 6). Hii ni kwa sababu Paulo alikuwa na imani kamilifu. Kwa hivyo hata sumu ya nyoka haikuweza kumdhuru.

Hata ukiumwa na nyoka

Watu wenye imani kamilifu hawakuweza kuwa wagonjwa au kuambukizwa vidudu, virusi, au sumu, hata kama walikula bila kujua, kwa sababu Mungu huchoma hiyo sumu kwa moto wa Roho Mtakatifu.

Hata hivyo, wakinywa kwa makusudi hawawezi kulindwa, kwa sababu itamaanisha kwamba wanataka kumjaribu Mungu. Mungu hakubali mtu yeyote amjaribu isipokuwa kwa fungu la kumi tu. Bado unaweza kula sumu kupitia kwa chakula kilichokusudiwa kukudhuru..

Zaidi ya hiyo, mwanamume anaweza kumpa mwanamke kinywaji kilicho na unga wa kulala akiwa na lengo la kumjaribu, kumlaza mtu ili wamteke nyara au amwibie pesa. Hata katika visa hivi, mtu mwenye imani kamilifu atalindwa na hatadhurika kwa sababu sumu hizo zitamalizwa nguvu na moto wa Roho Mtakatifu.

Moto wa Roho Mtakatifu huchoma kila sumu

Kuelekea mwisho wa mwaka wangu wa tatu katika seminari ya theologia, nilisikia mkato mkali tumboni mwangu baada ya kunywa kinywaji huku nikiwa ninajiandaa kwa ajili ya mkutano wangu wa kwanza wa mwamsho. Baada ya kuomba huku nimeweka mikono yangu tumboni mwangu nilisikia afueni. Nilitoa kila kitu kupitia kwa kuharisha. Sikujua kwamba kinywaji kilikuwa na sumu mpaka siku iliyofuatia.

Wakati mmoja nilikwenda kuomba kule Jochiwon, Mkoa wa Choongchung. Huko kulikuwa na chuo kikuu hapo karibu mahali nilipokuwa nikikaa na mara nyingi kulikuwa na maandamano ya wanafunzi na polisi walitumia gesi ya machozi kuwatawanya. Hata watu waliokuwa karibu nami walipopata taabu kubwa kupumua, mimi sikupata taabu kama hiyo.

Siku za kwanza katika huduma yangu, familia yangu iliishi chini ya jengo la kanisa langu. Wakati huo, Wakorea walitumia tofali la mkaa kuondoa baridi. Familia yangu iliumia kutokana na gesi ya kaboni monoksidi hasa siku za mawingu kwa sababu ya ukosefu wa hewa safi. Lakini, sikuumia kabisa kutokana na hiyo gesi ya sumu. Roho Mtakatifu huyeyusha mara moja chochote chenye sumu hata kikimwingia mtu mwenye imani ya kumpendeza Mungu, kwani Roho Mtakatifu katika ukamilifu wake huingia ndani na kuzunguka mwilini mwa mtu.

5. Wagonjwa Hupona Unapowawekea Mikono Yako

Ishara ya tano ifuatanayo na wale walioamini ni kwamba wakati wanapoweka mikono yao juu ya wagonjwa, wagonjwa wanapona. Kwa neema ya Mungu, ishara hii ilifuatana nami hata kabla sijaanza huduma yangu. Baada ya kuanzisha kanisa langu, watu wengi sana wameponywa na wakamtukuza Mungu.

Siku hizi, kwa sababu siwezi kuweka mikono yangu juu ya kila mshirika wa kanisa langu, ninaombea wagonjwa kutoka madhabahuni peke yake. Hata hivyo, wagonjwa wengi wameponywa na walemavu wakapona na kuwa na nguvu kupitia kwa maombi.

Pamoja na haya, wakati wa Mkutano wa Wiki Mbili wa Mwamsho kila mwaka ambao ulifanywa kila Mei mpaka 2004, magonjwa mbalimbali kuanzia lukemia, kupooza, na hata saratani, yaliponywa. Zaidi ya hayo, vipofu wameona, viziwi wamesikia, na viwiti wametembea. Kupitia kazi hizi za kushangaza za Mungu, watu wengi sana wamekutana na Mungu aliye hai.

Lakini ni kwanini bado kuna watu ambao hawawezi kupokea majibu katikati ya kazi ziwakazo za Roho Mtakatifu, akichoma vidudu na kuponya wagonjwa na walemavu namna hii?

Kwanza, ni lazima tukumbuke kwamba wakati mtu anapoomba bila imani hawezi kuponywa. Inafaa tu kwamba asipokee jibu kama hana imani kwa sababu Mungu hufanya kazi kulingana na imani ya kila mtu. Pili, mtu hawezi kuponywa, hata kama ana imani, ikiwa ana ukuta wa dhambi. Kwa hivyo, anaweza kuponywa wakati anapopokea maombi baada tu ya kutubu dhambi zake na kumrudia Mungu.

Kuna jambo lingine moja ambalo lazima ulijue: hata ikiwa

mtu atamponya mgonjwa kwa maombi, huwezi kumhesabu kama ambaye amepata kiwango cha tano cha imani. Unaweza kuwaponya watu kama una karama ya uponyaji hata ikiwa uko katika kiwango cha tatu cha imani.

Zaidi ya hayo, mtu aliye katika kiwango cha pili cha imani mara nyingi huwaponya watu kupitia kwa maombi anapokuwa amejazwa Roho Mtakatifu, kwa sababu anaweza kuingia katika kiwango cha nne au cha tano cha imani kwa muda mfupi. Kando na hilo, maombi ya mwenye haki au maombi ya upendo yana nguvu sana na huleta matokeo yatarajiwayo ili kazi ya Mungu ipate kudhihirishwa (Yakobo 5:16).

Wakati huo huo, kuna mipaka ya kesi kama hizo. Magonjwa yasababishwayo na vidudu au virusi kama vile magonjwa madogo madogo, saratani, na ulaji yanaweza kuponywa, lakini kazi kubwa za Mungu kama kuwafanya viwete watembee au vipofu waone haziwezi kutimizwa.

Hata ingawa pepo walifukuzwa kwa nguvu ya upendo au kipawa cha uponyaji, kuna uwezekano mkubwa wa pepo kurudi baada ya muda mfupi. Lakini, mtu aliye katika kiwango cha tano cha imani akitoa pepo, pepo hao hawawezi kurudi tena.

Kuambatana na hayo, unasemekana uko katika kiwango cha tano cha imani wakati tu unapoweza kuonyesha kikamilifu hizo ishara tano pamoja. Zaidi ya hayo, unaweza kuonyesha uwezo zaidi, mamlaka, nguvu, na vipawa vya Roho Mtakatifu kama uko katika daraja hili.

Kwa wakati huu ambapo watu wengi wamechafuliwa kabisa na ubaya na dhambi, wanaelekea kuwa na imani wakati tu wanapoona maajabu ya nguvu na ishara kuliko watu wa wakati wa Yesu.

Hii ndiyo sababu Mungu anawataka watoto wake wasipate tu imani ya kiroho na kamilifu lakini pia waonyeshe ishara zifuatanazo na wale waaminio ili wapate kuwapeleka watu wasiohesabika katika njia ya wokovu.

Unapaswa kujaribu kupokea uwezo, mamlaka, na nguvu huku ukijua kwamba unaweza kufanya yale aliyofanya Yesu na hata mambo makuu zaidi kuliko kazi zake ikiwa una imani ya kumpendeza Mungu, yaani imani ya Kristo.

Naomba kwamba muupanue ufalme wa Mungu sana na mtimize haki yake kwa aina hii ya imani mara tu mnapoweza na mng'ae milele kule Mbinguni kama jua, katika jina la Yesu Kristo ninaomba!

Sura ya 10

Makao na Taji Mbalimbali Huko Mbinguni

"Msifadhaike mioyoni mwenu;
mnamwamini Mungu, niaminini na mimi.
Nyumbani mwa Baba yangu mna makao mengi; kama
sivyo, ningaliwaambia;
maana naenda kuwaandalia mahali.
Basi mimi nikienda na kuwaandalia mahali, nitakuja tena
niwakaribishe kwangu;
ili nilipo mimi, nanyi mwepo."
(Yohana 14:1-3)

Mwanariadha wa Olimpiki, anaposhinda medali ya dhahabu, hicho huwa kipindi cha furaha sana. Angeweza kushinda hiyo medali ya dhahabu sio kwa bahati lakini baada ya muda mrefu wa kufanya mazoezi ya kuchosha sana ili kuboresha ustadi na kujinyima vitu alivyozoea kuvifanya au chakula akipendacho sana. Anaweza kuvumilia hayo mazoezi makali yote kwa sababu alikuwa anapenda sana hiyo medali ya dhahabu na akajua kwamba jitihada zake zingetuzwa vizuri.

Ni sawa na sisi Wakristo. Katika shindano la rohoni kwa ajili ya ufalme wa mbinguni, ni lazima tupige vita vyema vya imani, tushinde miili yetu, na tuifanye itumike ili iweze kuibuka kama mshindi wa tuzo ya mwisho. Watu katika ulimwengu huu hufanya kila jitihada kupokea tuzo na umaarufu. Basi utafanya nini ili uweze kupokea tuzo na umaarufu katika ufalme wa milele wa mbinguni?

Maandiko yanasema katika 1 Wakorintho 9:24-25, "Je! Hamjui, ya kuwa wale washindanao kwa kupiga mbio, hupiga mbio wote, lakini apokeaye tuzo ni mmoja? Pigeni mbio namna hiyo, ili mpate. Na kila ashindanaye katika michezo hujizuia katika yote; basi hao hufanya hivyo kusudi wapokee taji iharibikayo; bali sisi tupokee taji isiyoharibika."

Fungu hili linatuhimiza tuwe na kiasi katika kila kitu na tupige mbio bila kukoma, tukitamani utukufu ambao tutaufurahia hivi karibuni sana.

Natuchunguze kwa utondoti jinsi tunavyoweza kuupata ufalme wa mbinguni wenye utukufu, na jinsi unavyoweza kufikia makao bora zaidi kule Mbinguni.

1. Mbinguni Kunaingiwa kwa Imani Peke Yake

Kuna watu wengi ambao, hata ingawa wana heshima na nguvu, wana utajiri na ufanisi na elimu nyingi sana, hawajui mwanadamu anatoka wapi, anaishi kwa ajili ya nini, na anaenda wapi. Wanafikiria tu kwamba mtu akizaliwa, anakula, anakunywa, anaenda shule, anafanya kazi, anaoa, na aishi hadi pale atakaporudi kuwa konzi ya mchanga baada ya kufa.

Hata hivyo, watu wa Mungu waliomkubali Yesu Kristo hawafikirii namna hiyo. Wa wanajua kwamba Baba yao wa kweli awapaye uzima ni Mungu, kwa sababu wanaamini alimuumba mtu wa kwanza Adamu na akamruhusu kupata uzao wake kwa kumpatia mbegu ya uhai. Kwa hiyo, wanaishi ili wamtukuze Mungu wakila, wakinywa, au wakifanya chochote kwa sababu wanajua ni kwa nini Mungu aliumba watu na kuwaacha waishi katika ulimwengu huu. Pia wanaishi kulingana na mapenzi ya Mungu kwa sababu wanajua jinsi watakavyookolewa, waende katika ufalme wa mbinguni, na wawe na uzima wa milele, au jinsi watakavyoadhibiwa katika moto wa milele wa Jehanamu.

Wale wenye imani ni watoto wa Mungu wenye uraia wa mbinguni. Anawataka kujua wazi juu ya ufalme wa mbinguni na wajazwe tumaini la makao yao huko kwa sababu jinsi watu wanavyozidi kujua waziwazi juu ya ufalme wa mbinguni, ndivyo watakavyozidi kuishi kwa imani zaidi katika maisha haya.

Unaweza kuingia mbinguni kwa imani peke yake, hivyo basi ni wale waokolewao kwa imani ndio watakaoingia huko. Hata kama una pesa nyingi sana na heshima yote na nguvu yote, huwezi kwenda huko kwa nguvu zako mwenyewe. Ni wale pekee ambao wana haki ya watoto wa Mungu kwa kumkubali Yesu Kristo na kuishi kwa Neno lake ndio wanaoweza kuenda mbinguni na kufurahia uzima wa milele na baraka.

Wokovu katika nyakati za Agano la Kale

Je, hili linamaanisha kwamba wale ambao hawajui chochote kuhusu Yesu hawawezi kuokolewa? La, sio hivyo. Kama vile wakati wa Agano la Kale ulivyokuwa wakati wa Sheria, watu walipokea wokovu kulingana na ikiwa waliishi kwa kufuata Sheria, Neno la Mungu au la. Hata hivyo, katika wakati wa Agano Jipya baada ya Yohana Mbatizaji kuja humu ulimwenguni na kumshuhudia Yesu Kristo, watu wamekuwa wakiokolewa kwa imani katika Yesu Kristo.

Hata katika wakati wetu, kunaweza kuwa kuna watu ambao hawajamkubali Yesu Kristo kwa sababu hawajapata nafasi bado ya kusikia habari zake. Watu kama hao watahukumiwa kwa dhamiri yao (Ukitaka zaidi juu ya hili, tafadhali soma Ujumbe wa Msalaba). Siku hizi, watu wengi wanaonekana kufasiri mapenzi ya Mungu juu ya wokovu vibaya. Wanakosa kuelewa kwamba wanaweza kuokolewa kwa kukiri imani yao kwa midomo yao, kusema, "Ninamwamini Yesu Kristo kama Mwokozi wangu," kwa sababu katika wakati wa Agano Jipya, Mungu huwapa neema ya wokovu kupitia kwa Yesu Kristo peke yake. Hawa watu wanaona kwamba hawana haja ya kujaribu kuishi kwa Neno lake na kufanya dhambi kwa kweli si tatizo kubwa, lakini huo ni uongo kabisa.

Basi, maana halisi ya kuokolewa kwa matendo nyakati za Agano la Kale au kuokolewa kwa imani nyakati za Agano Jipya ni nini?

Yesu hakuja hapa ulimwenguni kuokoa wale waliokuwa hawaishi kulingana na Neno la Mungu; alikuja kuwaongoza watu waishi kulingana na Neno la Mungu sio kwa vitendo peke yake bali mioyoni mwao pia.

Hiyo ndiyo sababu Yesu anatangaza katika Mathayo 5:17, "Msidhani ya kuwa nalikuja kuitangua torati au manabii; la, sikuja kutangua, bali kutimiliza." Pia anatukumbusha kwamba mtu yeyote akifanya dhambi moyoni mwake, tayari anachukuliwa kwamba dhambi ile ameitenda tayari: "Mmesikia kwamba imenenwa, Usizini; lakini mimi nawaambia, Kila mtu atazamaye mwanamke kwa kumtamani, amekwisha kuzini naye moyoni mwake" (Mathayo 5:27-28).

Wokovu katika nyakati za Agano Jipya

Wakati ule wa Agano la Kale, hata ikiwa mtu yeyote alifanya uzinzi moyoni mwake, hakuchukuliwa kwamba amefanya dhambi bila kufanya kitendo chenyewe. Alichukuliwa kama mwenye dhambi tu wakati alipofanya kitendo cha uzinzi peke yake. Na kwa hiyo ni wakati tu alipofanya kitendo hicho cha uzinifu ndipo watu walipompiga mawe hadi kufa (Kumbukumbu la Torati 22:21-24). Vivyo hivyo, katika nyakati za Agano la Kale, ikiwa mtu alikuwa mwovu sana na mbaya moyoni mwake, alinuia kuua mtu au kuiba kitu moyoni mwake, lakini hakuonyesha nia hiyo kwa vitendo angeokolewa kwa sababu hakupatikana na hatia ya kufanya dhambi hiyo.

Basi, natuangalie 1 Yohana 3:15 ili tupate kuelewa maana ya kuokolewa kwa imani ni nini nyakati za Agano Jipya: "Kila amchukiaye ndugu yake ni mwuaji: nanyi mnajua ya kuwa kila mwuaji hana uzima wa milele ukikaa ndani yake."

Nyakati za Agano Jipya, hata kama mtu hafanyi dhambi kwa vitendo, bado hawezi kuokolewa kama anafanya dhambi moyoni mwake, kwa sababu hiyo ni sawa na kufanya dhambi kwa vitendo.

Kwa hivyo, nyakati za Agano Jipya, kama mtu yeyote atakuwa na nia ya kuiba, yeye ni mwizi tayari; mtu yeyote akimwangalia mwanamke na kumtamani yeye ni mzinzi tayari; na mtu yeyote akimchukia ndugu yake na awe na nia ya kumwua, hana tofauti na mwuaji. Ukijua hili vizuri, ni lazima upokee wokovu kwa kumwonyesha Mungu imani yako katika vitendo bila kufanya dhambi moyoni mwako.

Acha matendo na tamaa za utu wa (hali ya) dhambi

Katika Biblia, mara nyingi unaweza kupata maneno kama vile "utu wa dhambi," "mwili," "mambo ya mwili," "matendo ya mwili," "mwili wa dhambi," na kadhalika. Walakini ni vigumu sana kupata watu ambao wanajua maana ya kweli ya maneno haya hata kati ya waamini.

Kulingana na kamusi, hakuna tofauti ya maana kati "nyama/

mwili" na "mwili," lakini kulingana na Biblia, yana tofauti ya maana ya kiroho. Ili uweze kupata maana ya kiroho ya maneno haya, kwanza unahitaji kujua utaratibu ambao kupitia kwa huo dhambi ilimwingia mwanadamu.

Mtu wa kwanza kama roho yenye uhai alikuwa mtu wa kiroho bila uongo wowote kwa sababu Mungu alikuwa amemfundisha ujuzi wa uzima peke yake. Kifo kilimjia wakati alipofanya dhambi ya kutotii kwa kula matunda ya mti wa ujuzi wa mema na mabaya kwa sababu hakutii amri ya Mungu akilini mwake (Warumi 6:23).

Kama vile roho, ambayo ilikuwa imechukua jukumu la kuwa msimamizi wake, ilipokufa, Adamu hakuweza tena kuwasiliana na Mungu. Kando na hilo, yeye kama kiumbe alipaswa kumwogopa Mungu Muumba na kufuata amri yake, lakini hakuweza kufanya kazi yote ya mtu kama hii. Akafukuzwa kutoka Bustani ya Edeni na ikambidi aishi katika ulimwengu huu, akipitia hali za machozi, huzuni, mateso, magonjwa, na kifo. Yeye na uzao wake wamefanya dhambi walipokuwa wanaendelea kuwa waovu pole pole kizazi baada ya kizazi.

Katika utaratibu huu wa kuchafuliwa na dhambi, wakati ujuzi wa uzima ambao kiasili ulitolewa na Mungu unapoondolewa kutoka kwa mwanadamu, hali hiyo tunaiita "mwili," na wakati sifa za dhambi zinaposhikana na huu "mwili," tunauita "nyama."

Kwa hivyo, "nyama" ni neno la kijumla la kuonyesha sifa za ndani ya moyo wa mtu zisizoonekana lakini zimejificha, ambazo zinaweza kuendelea na kuwa vitendo hata kama mtu hatavitia katika utendaji wenyewe. Juu ya hayo, tunapogawanya na kuweka nyama/mwili katika sifa kwa utondoti, tunaziita "tamaa za mwili."

Kwa mfano, hulka kama vile husuda, wivu, na chuki hazionekani lakini zinaweza kuonyeshwa kwa vitendo wakati wowote bora tu zibaki moyoni mwako. Hiyo ndiyo sababu Mungu huzichukulia kuwa dhambi pia.

Kwa njia hii, kama hutaondoa tamaa za mwili, zitafunuliwa katika vitendo. Na wakati tamaa za mwili zinapofunuliwa katika vitendo tunaziita "matendo ya mwili." Kinyume na hilo, wakati matendo mengi ya utu wa dhambi yanapowekwa pamoja, yanaitwa "nyama/mwili."

Kwa maneno mengine, tunapogawanya mwili katika utondoti wa matendo yake, tunayaita "matendo ya mwili." Kama una nia ya kupiga mtu, moyo wa aina hii ni wa "tamaa za mwili," na ukimpiga huyo mtu, hicho ni "kitendo cha mwili."

Maana ya kiroho ya "nyama" kama inavyofasiliwa katika Mwanzo 6:3?

BWANA akasema, Roho yangu haitashindana na mwanadamu milele, kwa kuwa yeye naye ni nyama;."

Kifungu hiki kinatukumbusha kwamba Mungu hataki kuishi milele na watu ambao hawaishi kwa Neno lake bali hufanya dhambi na kuwa "nyama."

Hata hivyo, Biblia inatwambia, kwamba wakati wote Mungu

alikuwa na watu wa kiroho kama vile Ibrahimu, Musa, Eliya, Nuhu, na Danieli, ambao walitafuta ukweli peke yake na kuishi kwa Neno la Mungu. Kwa hivyo, kujua kwamba watu wa kimwili ambao hawaishi kwa Neno la Mungu hawawezi kuokolewa, unapaswa kung'ang'ana kuacha upesi matendo ya mwili na pia tamaa za mwili.

Mtu wa mwili hatarithi ufalme wa Mungu

Kwa kuwa Mungu ni upendo, yeye hutupa haki ya kuwa watoto wake na Roho Mtakatifu kama kipawa kwa wale watambuao kwamba wao ni wenye dhambi, na wakatubu dhambi zao, na kumkubali Yesu Kristo kama Mwokozi wao. Unapompokea Roho Mtakatifu kama kipawa na uzae roho kwa huyo Roho Mtakatifu, roho yako iliyokufa hufufuliwa.

Ndiyo maana, unaweza kupokea wokovu na kuwa na uzima wa milele kwa sababu wewe si mtu wa mwili tena bali ni mtu wa roho. Hata hivyo, unapoendelea kufanya matendo ya mwili hutaokolewa kwa sababu Mungu hatakuwa pamoja nawe.

Matendo ya mwili yamefasiliwa kwa utondoti katika Wagalatia 5:19-21:

> Basi matendo ya mwili ni dhahiri, ndiyo haya, uasherati, uchafu, ufisadi, ibada ya sanamu, uchawi, uadui, ugomvi, wivu, hasira, fitina, faraka, uzushi, husuda, ulevi, ulafi, na mambo yanayofanana na hayo, katika hayo nawaambia mapema, kama nilivyokwisha kuwaambia, ya kwamba watu watendao mambo

ya jinsi hiyo hawatautithi ufalme wa Mungu.

Yesu pia anatwambia katika Mathayo 7:21, "Si kila mtu aniambiaye, Bwana, Bwana, atakayeingia katika ufalme wa mbinguni; bali ni yeye afanyaye mapenzi ya Baba yangu aliye mbinguni." Zaidi ya hayo, kwa kutwambia kila mara katika Biblia kwamba wasio haki ambao hawaishi kulingana na mapenzi yake bali wanatenda matendo ya mwili hawawezi kuingia mbinguni, Mungu anataka kila mtu apokee wokovu kwa imani peke yake na afike mbinguni.

Ikiwa unataka kupokea wokovu kwa imani

Katika Warumi 10:9-10, inasema, "Kwa sababu, ukimkiri Yesu kwa kinywa chako ya kuwa ni Bwana, na kuamini moyoni mwako ya kuwa Mungu alimfufua katika wafu, utaokoka. 10 Kwa maana kwa moyo mtu huamini hata kupata haki, na kwa kinywa hukiri hata kupata wokovu."

Aina ya imani anayotaka Mungu ni aina ambayo unaamini na moyo wako na kukiri kwa kinywa chako. Yaani, kama kwa kweli mnaamini moyoni mwako kwamba Yesu alikuwa Mwokozi wako kupitia kwa kufufuka siku ya tatu baada ya kusulubiwa, unahesabiwa haki kwa kuacha dhambi na kuishi kwa Neno la Mungu. Unapokiri kwa kinywa chako na huku uishi kwa njia hii kulingana na mapenzi yake, unaweza kuokolewa kwa sababu ungamo lako ni la kweli.

Ndiyo maana Warumi 2:13 inasema, "Kwa sababu sio wale

waisikiao sheria walio wenye haki mbele za Mungu, bali ni wale waitendao sheria watakaohesabiwa haki." Maandiko pia yanatwambia katika Yakobo 2:26, "Maana kama vile mwili pasipo roho umekufa, vivyo hivyo na imani pasipo matendo imekufa."

Unaweza kuonyesha imani yako na matendo yako unapoamini Neno la Mungu moyoni mwako peke yake, sio wakati unapolihifadhi kama kipande cha elimu. Elimu inapopandwa moyoni mwako, matendo yatafuata.

Kwa hiyo, kama umechukia watu awali, unaweza kubadilika na kuwa mtu anayependa wengine. Kama ulikuwa mwizi, unaweza kubadilika na kuacha wizi kabisa. Kama bado unaishi gizani ukiupenda ulimwengu na ukiri imani yako kwa kinywa chako peke yake, imani yako imekufa kwa sababu haina uhusiano wowote na wokovu.

Pia imeandikwa katika 1 Yohana 1:7, "Bali tukienenda nuruni, kama yeye alivyo katika nuru, twashirikiana sisi kwa sisi, na damu yake Yesu, Mwana wake, yatusafisha dhambi yote."

Kweli inapokuwa ndani yako, hata hivyo, unatembea kawaida katika nuru kwa sababu unaishi kwa ukweli. Unakuwa mwenye haki, kwa sababu ya imani moyoni mwako, unapokuwa unatoka gizani na kuingia kwenye nuru kwa kuacha dhambi. Usipofanya hivyo, unamdanganya Mungu ikiwa bado unaishi katika giza ukifanya dhambi na uovu. Kwa hiyo, unapaswa kwa haraka upate imani ya kufuatana na matendo.

Unapaswa kutembea katika nuru

Mungu anatuamuru tupambane na dhambi hadi kufikia mahali pa kumwaga damu (Waebrania 12:4) kwa sababu anatutaka tuwe wakamilifu kama yeye alivyo mkamilifu (Mathayo 5:48), na watakatifu kama yeye alivyomtakatifu (1 Petro 1:16).

Nyakati za Agano la Kale, watu waliokolewa kama matendo yao yalikuwa makamilifu peke yake; hawakuwa na haja ya kuacha dhambi mioyoni mwao kwa sababu ilikuwa haiwezekani kwa watu kama wanadamu kuacha dhambi zao kwa nguvu zao wenyewe. Kama ungeweza kuacha dhambi zako mwenyewe, Yesu hangelazimika kuja katika mwili. Hata hivyo, kwa sababu huwezi kutatua hilo tatizo la dhambi wala kuokolewa kwa uwezo wako mwenyewe na nguvu zako, Yesu alisulubiwa, na anampa mtu yeyote anayeamini Roho Mtakatifu kama kipawa na kumwongoza katika wokovu.

Kwa njia hii, unaweza kuacha kila dhambi na kila uovu kwa msaada wa Roho Mtakatifu na kushiriki katika utu wa kiungu kwa sababu Roho Mtakatifu, anapoingia moyoni mwako, hukujulisha dhambi, haki, na hukumu.

Kwa hivyo, usitosheke na kumkubali Yesu Kristo peke yake, lakini badala yake omba kwa bidii, acha kila aina ya uovu, na utembee katika nuru kwa msaada wa Roho Mtakatifu mpaka uweze kushiriki katika utu wa kiungu.

Njia pekee ya kuingia mbinguni ni kuwa na imani ya kiroho

ikiambatana na matendo kama tunavyoona katika Mathayo 7:21: "Si kila mtu aniambiaye, Bwana, Bwana, atakayeingia katika ufalme wa mbinguni; bali ni yeye afanyaye mapenzi ya Baba yangu aliye mbinguni." Pia ni lazima ufanye kila jitihada mpaka ufikie kiasi cha imani cha baba kwa sababu makao ya mbinguni yataamuliwa kwa kiasi cha imani cha kila mtu.

Ninatumaini kwamba utashiriki katika utu wa kiungu na kuingia Yerusalemu Mpya mlimo na kiti cha enzi cha Mungu.

2. Mbinguni Hupatikana kwa Nguvu

Mungu hutuacha tuvune kama tulivyopanda na kututuza kulingana na matendo yetu kwa maana yeye ni wa haki. Kwa hiyo hata kule Mbinguni, kila mtu hutuzwa makao tofauti kulingana na kiasi chake cha imani na thawabu tofauti hutolewa kwa kila mtu jinsi anavyotumika na kujitoa kwa ajili ya ufalme wa Mungu. Mungu, ambaye hata alitoa bila kusaza, mwanawe wa pekee ili atupatie mbingu na uzima wa milele, anawangojea watoto wake kwa hamu waingie Yerusalemu Mpya na waishi pamoja naye milele katika makao mazuri zaidi kule Mbinguni.

Katika historia yote ya ulimwengu, taifa lenye nguvu kwa jumla limepigana vita na taifa ambalo ni nyonge, na kupanua mipaka yake. Ili uweze kutawala mipaka ya taifa lingine, taifa moja lilipaswa kuvamia taifa lingine na kulishinda vitani.

Kwa njia iyo hiyo, kama wewe ni mtoto wa Mungu uliye na uraia wa mbinguni, ni lazima usonge mbele kuelekea mbinguni na tumaini lenye ari, kwa sababu unajua vizuri sana juu yake. Wengine wanaweza kushangaa tunawezaje kuthubutu kuelekea mbinguni, ambao ni ufalme wa mwenyezi Mungu. Kwa hivyo, kwanza tunahitaji kuelewa maana ya kiroho ya "hupatikana kwa nguvu" na kisha jinsi ya kuuchukua kwa nguvu kweli.

Tangu siku za Yohana Mbatizaji

Yesu anatwambia katika Mathayo 11:12, "Tangu siku za Yohana Mbatizaji hata sasa ufalme wa mbinguni hupatikana kwa nguvu, nao wenye nguvu wauteka." Siku zile kabla ya Yohana Mbatizaji ni siku za Sheria, ambapo watu waliokolewa na matendo yao.

Agano la Kale ni kivuli cha Agano Jipya; manabii walikuwa wamewajulisha watu juu ya Yehova na wakatoa unabii juu ya Masihi. Hata hivyo kuanzia siku za Yohana Mbatizaji, enzi mpya ya Agano Jipya, yaani Ahadi Mpya, ilifunguliwa kwa kufungwa kwa unabii wa Agano la Kale.

Mwokozi wetu Yesu alitokea kwenye uga wa kihistoria ya mwanadamu sio kama kivuli bali yeye mwenyewe. Yohana Mbatizaji alianza kumshuhudia Yesu aliyekuja kwa njia hii. Tangu wakati huo, enzi ya neema ilianza ambayo ndani yake mtu yeyote anaweza kupokea wokovu kwa kumkubali Yesu kama Mwokozi wake na kisha kupokea Roho Mtakatifu.

Mtu yeyote atakayemkubali Yesu Kristo na kuamini jina lake, hupokea haki ya kuwa mtoto wa Mungu na kuingia mbinguni. Hata hivyo, Mungu amegawanya mbingu katika makao mengi na anaruhusu kila mmoja wa watoto wake kuchukua kulingana na kiasi chake cha imani, kwa sababu Mungu ni mwenye haki na humlipa kila mtu kulingana na alivyofanya. Zaidi ya hayo ni wale peke yao ambao wametakaswa kikamilifu kwa kuishi kulingana na Neno, na wametimiza kabisa misheni yao ndio wanaoweza kuingia Yerusalemu Mpya ambamo muna kiti cha enzi cha Mungu.

Kwa hivyo, ni lazima uwe mtu wa nguvu ndipo uweze kupata makao bora kule Mbinguni kwa sababu utaingia kwenye makao tofauti kulingana na kiasi cha imani yako, hata ingawa lango la mbinguni lenyewe hupatikana kwa imani.

Tangu siku za Yohana Mbatizaji hata siku za Kuja Mara ya Pili kwa Bwana wetu hewani, kila asongaye mbele kuelekea mbinguni ataingia. Yesu anatwambia katika Yohana 14:6, "Mimi ndimi njia, na kweli, na uzima; mtu haji kwa Baba, ila kwa njia ya mimi."

Bwana anatwambia kwamba hakuna mtu ajaye kwa Baba asipopitia kwake kwa sababu yeye ndiye njia iendayo mbinguni, ndiye kweli yenyewe, na uzima. Kwa sababu hiyo, alikuja humu ulimwenguni, akamshuhudia Mungu ili tuweze kumfahamu Mungu waziwazi, na akatufundisha mwenyewe jinsi ya kufika mbinguni kwa kuwa kielelezo kwetu.

Mbinguni kumegawanywa katika makao tofauti

Mbinguni ni ufalme wa Mungu ambako watoto wake waliookolewa wataishi milele. Huko si kama ulimwengu huu, ni ufalme wa amani ambapo hakuna kubadilika na kuharibika. Umejaa shangwe na furaha bila magonjwa, huzuni, uchungu, na kifo kwa sababu adui Shetani na ibilisi na dhambi haziko huko.

Hata tukijaribu kuwaza mbinguni kukoje, utashangaa sana na kupigwa na butwaa wakati utakapoona uzuri halisi na mng'ao wa mbinguni. Mungu Mwenyezi na Muumba wa ulimwengu atakuwa ametengeneza mbingu mahali ambapo watoto wake wanapaswa kuishi milele vizuri ajabu! Ukichunguza Biblia kwa uangalifu, utapata kwamba mbinguni kumegawanywa katika makao mengi.

Yesu anasema katika Yohana 14:2, "Nyumbani mwa Baba yangu mna makao mengi; kama sivyo, ningaliwaambia; maana naenda kuwaandalia mahali." Nehemia pia anataja "mbingu" nyingi: "Wewe ndiwe Bwana, wewe peke yako; wewe ulifanya mbingu, mbingu za mbingu, pamoja na jeshi lake lote, dunia na vyote vilivyomo, bahari na vitu vyote vilivyomo, nawe unavihifadhi vitu hivi vyote; na jeshi la mbinguni lakusujudu wewe" (Nehemia 9:6).

Hapo zamani, watu walifikiri kwamba kulikuwa na mbingu moja peke yake lakini siku hizi kwa sababu ya maendeleo ya sayansi, tunajua kwamba kuna nafasi nyingi sana zaidi ya ile tunayoweza kuona kwa macho yetu. La kushangaza ni kwamba Mungu alinakili jambo hili tayari katika Biblia.

Kwa mfano, Mfalme Sulemani alikiri kwamba kuna mbingu nyingi: "Lakini Mungu je? Atakaa kweli kweli juu ya nchi? Tazama, mbingu hazikutoshi, wala mbingu za mbingu; sembuse nyumba hii niliyoijenga!" (1 Wafalme 8:27) Mtume Paulo alikiri katika 2 Wakorintho 12:2-4 kwamba alikuwa amepelekwa Paradiso katika mbingu ya tatu, na Ufunuo 21 inaelezea Yerusalemu Mpya ambamo mna kiti cha enzi cha Mungu.

Kwa hivyo, unapaswa kukiri kwamba mbinguni hakuna makao mamoja peke yake, bali makao mengi. Nitaiweka mbinguni katika mahali pengi kulingana na kiasi cha imani na nitatoa majina yake, Paradiso, Ufalme wa Kwanza, Ufalme wa Pili, Ufalme wa Tatu, na Yerusalemu Mpya. Paradiso ni ya wale wenye imani ndogo zaidi; Ufalme wa Kwanza ni wa wale wenye imani bora kuliko wale walio Paradiso; Ufalme wa Pili ni wale wenye imani bora kuliko wale walio katika Ufalme wa Kwanza; Ufalme wa Tatu ni wa wale wenye imani bora zaidi kuliko wale walio katika Ufalme wa Pili. Katika Ufalme wa Tatu kuna Mji Mtakatifu wa Yerusalemu Mpya mlimo na kiti cha enzi cha Mungu.

Ufalme wa Mbinguni hupatikana kwa nguvu kwa wale wenye imani

Kule Korea, kuna visiwa kama vile Ul-lŭng na Jeju, maeneo ya mashambani na yenye milima, miji midogo na vijiji, miji na majiji, na maeneo ya majiji makuu ya nchi. Katika jiji kuu la Seoul, kuna makao rasmi ya rais, Cheong Wa Dae.

Kama vile tu taifa linavyogawanywa katika wilaya nyingi kwa ubora wa usimamizi na malengo, ufalme wa mbinguni pia umegawanywa katika makao mbalimbali kulingana na kiwango chenye masharti. Kwa maneno mengine, makao yako huamuliwa na ukubwa wa jinsi unavyoishi ukimpendeza Mungu. Mungu anapendezwa sana unapoishi ukiwa na tumaini la Mbinguni kwa sababu ndilo thibitisho kwamba una imani, na wakati huo huo, ndio njia ya mkato kwako ya kushinda vita dhidi ya adui Shetani na ibilisi na utakaswe kwa kuacha matendo na tamaa za mwili upesi.

Baada ya kumkubali Yesu Kristo, unapata kutambua kwamba ni rahisi kuacha matendo yako ya mwili, lakini si rahisi hivyo kuacha tamaa za mwili, yaani sifa za dhambi zilizokita mizizi ndani yako.

Ndio sababu wale wenye imani ya kweli hujaribu kuendelea kuomba na kufunga ili waweze kuwa watoto watakatifu wa Mungu kupitia kwa kuacha kabisa hata tamaa za mwili.

Mbingu inapatikana kwa imani peke yake, na kila makao huamuliwa kulingana na yale aliyofanya mtu kwa sababu Mbinguni ni kule ambako Mungu anatawala na haki na upendo. Yaani, makao ya mtu aliye katika kiwango cha kwanza cha imani ni tofauti na makao ya mtu aliye katika kiwango cha pili au cha tatu cha imani, na kadhalika. Jinsi utakavyokuwa katika kiwango cha juu cha imani, ndivyo utakavyoingia makao yako mazuri na ya utukufu kule Mbinguni.

Ni lazima usonge mbele kuelekea Mbinguni

Kwa hivyo, kama unastahili kuingia Paradiso peke yake, unahitaji kupigana ili usonge mbele kuelekea Ufalme wa Kwanza, na makao bora zaidi kule Mbinguni. Unapokuwa unasonga kuelekea Mbinguni, huwa unapigana na nani? Huwa ni vita vinavyoendelea dhidi ya ibilisi ili upate kushikilia imani yako katika ulimwengu huu na usonge mbele kwenda kwenye malango ya mbinguni.

Adui Shetani na ibilisi wanafanya kila jitihada kuwaongoza watu wampinge Mungu ili wasiingie mbinguni; awafanye wawe na shaka ili wasiweze kuwa na imani; na mwisho wake awaongoze kwenye kifo kwa kuwafanya watende dhambi. Hiyo ndiyo sababu ni lazima umshinde ibilisi. Utaingia makao bora zaidi utakapofanana na Bwana peke yake kwa kupambana na dhambi hadi kufikia mahali pa kumwaga damu.

Tuchukulie mfano wa mwanamasumbwi. Huyu huvumilia kila aina ya mazoezi magumu ili awe bingwa wa ulimwengu. Mwanamasumbwi anajua kwamba kupitia aina hii ya mazoezi magumu, anaweza kuwa bingwa wa ulimwengu na kisha akaweza kufurahia heshima, utajiri, na ufanisi. Hata hivyo, ni lazima apitie mafunzo machungu na kupigana dhidi yake mwenyewe mpaka ashinde ubingwa ule. Ni sawa na kushika mbinguni kwa kusonga mbele kuelekea huko. Ni lazima upigane pigano la kutakaswa kwa kuacha kila aina ya uovu, na kutimiza kazi zako ulizopewa na Mungu. Ni lazima ushinde vita vya kiroho vya kumiliki mbinguni kwa kuomba kwa ari hata kama adui Shetani na ibilisi watakuzuia bila kukoma katika vita vya kusonga mbele kuelekea kwenye ufalme wa mbinguni.

Jambo moja unalopaswa kujua ni kwamba vita dhidi ya ibilisi kwanza hata si vigumu sana. Mtu yeyote mwenye imani anaweza kushinda vita dhidi ya adui Shetani na ibilisi kwa sababu Mungu humsaidia na kumwongoza kwa majeshi ya mbinguni na kwa malaika, na Roho Mtakatifu.

Tunapaswa kushikilia mbinguni kwa kusonga mbele kuelekea huko na kupata ushindi kwa imani. Baada ya mwanamasumbwi kushinda ubingwa, bado ni lazima ang'ang'ane kuhifadhi ubingwa huo. Hata hivyo vita vya kuingia mbinguni ni vya shangwe na furaha kwa sababu jinsi unavyozidi kushinda, ndivyo mzigo wako wa dhambi unavyozidi kuwa mwepesi. Kila wakati unaposhinda vita, unapata kutosheka sana, na vita huwa rahisi siku baada ya siku kwa sababu kila kitu kinakuendea vizuri, na unaweza kufurahia afya njema jinsi nafsi yako inavyofanikiwa.

Licha ya hayo, hata kama mwanamasumbwi amekuwa bingwa wa ulimwengu na kupokea heshima, utajiri, na ufanisi, kila kitu hutoweka baada ya kifo chake. Lakini, utukufu na baraka unazopokea baada ya vita vya kusonga mbele kuelekea mbinguni hudumu milele. Je, unapaswa kujaribu ufanye kama uwezavyo na upigane kwa ajili ya jambo gani? Unapaswa kuwa mtu mwenye hekima anayefikia Mbingu bora zaidi kwa kusonga mbele kwa nguvu kuelekea huko, akitafuta vitu vya milele na wala sio vitu vya kidunia.

Kama unataka kusonga mbele kuelekea Mbinguni kwa imani

Yesu anapoelezea juu ya Mbinguni, anafundisha watu kupitia kwa mifano inayotumia vitu vya duniani ili watu wapate kuelewa vizuri zaidi. Mfano mmoja wapo ni ule wa punje ya haradali.

Akawatolea mfano mwingine, akisema, Ufalme wa mbinguni umefanana na punje ya haradali, aliyoitwaa mtu akaipanda katika shamba lake; nayo ni ndogo kuliko mbegu zote; lakini ikiisha kumea, huwa kubwa kuliko mboga zote, ikawa mti, hata nyuni wa angani huja na kukaa katika matawi yake" (Mathayo 13:31-32).

Unapogonga karatasi kwa ncha ya kalamu, kijidoa kidogo sana hubaki juu yake. Ukubwa wake ni karibu na ule wa punje ya haradali. Hata hii mbegu ndogo itakua na kuwa mti mkubwa, hata ndege wa angani waje watue hapo. Yesu anatumia mfano huu kuonyesha utaratibu wa ukuaji wa imani: hata kama una imani ndogo wakati huu, unaweza kuikuza ikawa imani kubwa.

Katika Mathayo 17:20 Yesu anatwambia, "Amin, nawaambia, Mkiwa na imani kiasi cha punje ya haradali mtauambia mlima huu, Ondoka hapa uende kule; nao utaondoka; wala halitakuwako neno lisilowezekana kwenu." Akijibu maombi ya wanafunzi wake ya "Tuongezee imani ," katika Luka 17:6 Yesu anajibu, "Kama mngekuwa na imani kiasi cha chembe ya haradali, mngeuambia mkuyu huu, Ng'oka, ukapandwe baharini, nao ungewatii."

Unaweza kujiuliza jinsi unavyoweza kuondoa mti au mlima kwa kuuamuru kwa imani ya kiasi cha punje ya haradali. Lakini, hata herufi ndogo zaidi au kijidoa kidogo cha kalamu hakitapotea kutoka kwa Neno la Mungu.

Basi maana ya kiroho ya vifungu hivi ni nini? Unapewa imani ndogo kama punje ya haradali wakati unapomkubali Yesu na unampokea Roho Mtakatifu. Imani hii ndogo itamea na kukua unapoipanda kwenye shamba la moyo wako. Inapokua na kuwa imani kubwa, unaweza kuondoa mlima kwa kuuamuru tu, na pia kudhihirisha kazi za nguvu za Mungu, kama vile kuwafanya vipofu waone, viziwi wasikie, mabubu waseme, na wafu wafufuke.

Sio sawa kwako wewe kufikiri kwamba huna imani yoyote kwa sababu huwezi kuonyesha kazi za nguvu za Mungu au bado una matatizo katika familia yako au biashara. Unaenda kwenye njia ya uzima wa milele kwa kwenda kanisani, kusifu, na kuomba, kwa sababu una imani ndogo kama punje ya haradali. Huoni kazi za nguvu za Mungu kwa sababu kiasi cha imani yako ni kidogo bado.

Kwa hiyo, imani yako iliyo ndogo kama punje ya haradali inahitaji kukua ili iwe imani kubwa ya kutosha kuondoa milima. Kama vile tu unavyopanda mbegu ya zabibu na kulimia wakati inapomea, na kutoa maua, na kuzaa matunda yake, imani yako pia hukua kupitia utaratibu huo huo.

Ni lazima uwe na imani ya kiroho

Ni sawa na kusonga mbele kuelekea kwenye ufalme wa mbinguni. Huwezi kuingia Yerusalemu Mpya kwa kusema tu, "Ndio, ninaamini." Ni lazima uishike hatua kwa hatua, kuanzia Paradiso mpaka ufike Yerusalemu Mpya. Ili ufike Yerusalemu Mpya, ni lazima ujue waziwazi jinsi ya kufika huko. Kama hujui njia, huwezi kuishika au unaweza kusimama hapo ulipo ingawa unafanya jitihada za kusonga.

Waisraeli waliotoka Misri walinung'unika dhidi ya Musa na wakalia kwa sababu hawakuwa na imani ya kutosha kugawanya Bahari ya Shamu. Basi Musa, aliyekuwa na imani kubwa hata ya kuondoa milima, alilazimika kugawanya Bahari ya Shamu mara mbili. Lakini, imani ya Waisraeli ilikuwa imesimama baada tu ya kuona Bahari ya Shamu imegawanywa.

Badala yake wakatengeneza sanamu ya ndama wa ng'ombe na wakaisujudu huku Musa akiwa anafunga na kuomba juu ya Mlima wa Sinai ili apokee Amri Kumi (Kutoka 32). Mungu akakasirishwa sana na jambo hili, akamwambia Musa, "Niwaangamize, nami nitakufanya wewe uwe taifa kuu" (kif. 10). Waisraeli bado hawakuwa na imani ya kiroho ya kumtii Mungu hata ingawa walikuwa wameona maajabu mengi na ishara vikidhihirishwa kupitia kwa Musa.

Mwishowe, kizazi cha kwanza cha Waisraeli cha wakati wa Kutoka hakikuweza kuingia Kanaani isipokuwa Yoshua na Kalebu. Kizazi cha pili cha Kutoka kilikuwaje na Yoshua na Kalebu? Mara tu makuhani waliokuwa wamebeba Sanduku la Mungu walipokanyaga Mto wa Yordani chini ya uongozi wake Yoshua, maji yaliacha kwenda na Waisraeli wote waliweza kuvuka.

Zaidi ya hayo, kwa kutii amri ya Mungu, walizunguka Jiji la Yeriko kwa siku saba na wakatoa sauti kubwa, na Yeriko, ambao ulikuwa mji uliokuwa imara ukaanguka. Waliweza kuona kazi za kushangaza za nguvu za Mungu sio kwa sababu walikuwa na nguvu yoyote ya kimwili, lakini kwa sababu walitii mwongozo wa Yoshua, aliyekuwa na imani kubwa ya kuondoa hata milima. Licha ya hayo, wakati huu Waisraeli pia walipata imani ya kiroho.

Yoshua aliwezaje kuwa na imani ya nguvu na kubwa namna hiyo? Yoshua aliweza kurithi uzoefu na imani ya Musa ambaye alikuwa amekuwa pamoja naye kwa muda wa miaka arubaini jangwani. Kama tu vile Elisha alivyorithi sehemu mbili za roho wa Eliya kwa kumfuata hadi mwisho, Yoshua kama mtu aliyechukua mahali pa Musa, ambaye alitambuliwa na Mungu, alikuwa mtu wa imani kubwa kwa kumtumikia na kumtii Musa alipokuwa akimfuata. Matokeo yake ni kwamba, alionyesha kazi ya nguvu ya hata kusimamisha jua na mwezi (Yoshua 10:12-13).

Ni sawa na Waisraeli waliomfuata Yoshua. Kizazi cha kwanza cha Kutoka, waliokuwa na miaka ishirini au zaidi, walikuwa wameteseka kwa miongo minne na wakafa jangwani. Lakini, uzao wao waliomfuata Yoshua waliweza kuingia Kanaani kwa sababu walipata Kuwa na Imani ya Kiroho kupitia kwa aina ya ugumu na majaribu mbalimbali.

Unahitaji kuelewa imani ya kiroho waziwazi. Watu wengine husema kwamba wakati mmoja hapo awali walikuwa na imani nzuri hata wakawa watumishi waaminifu kanisani kwao. Walakini, wanasema si waaminifu tena kwa sababu imani yao kwa namna fulani imefifia. Madai yao si ya kweli kwa sababu imani ya kiroho haibadiliki. Imani yao ya awali ilibadilika kwa sababu haikuwa imani ya kiroho bali imani kama elimu. Kama kweli ilikuwa imani ya kiroho, haingekuwa imebadilika au kufifia hata baada ya muda mrefu.

Tuchukulie kwa mfano kuna kitambaa cheupe. Ninapokuwa ninakuonyesha, niulize, "Je, unaamini kwamba kitambaa hiki ni cheupe?" Utasema kwa hakika, "Ndiyo." Tena, tuseme miaka kumi imepita na nishike kitambaa hicho hicho, na nikuulize, "Hiki ni kitambaa cheupe. Unaamini hilo?" Utajibu namna gani? Hakuna mtu atakuwa na shaka na rangi yake au aseme ni kitambaa cheusi hata baada ya muda mrefu kupita. Kitambaa kile nilichoamini kwamba ni cheupe miaka kumi au ishirini iliyopita, bado nitaamini kwamba ni cheupe leo.

Hapa kuna mfano mwingine. Unapoenda hija kule Nchi Takatifu, utaona watu wanauza punje za haradali zilizofungwa kwenye bahasha. Siku moja, mtu mmoja alinunua na akapanda punje za haradali shambani lakini hazikumea; nguvu za uhai katika mbegu hizo zilikuwa zimekufa kwa sababu ziliachwa kwa muda mrefu bila kupandwa.

Vivyo hivyo, hata kama umemkubali Yesu Kristo, ukampokea Roho Mtakatifu, na una imani ndogo kama punje ya haradali, Roho Mtakatifu ndani yako anaweza kufifia kama hupandi imani katika shamba la moyo wako kwa muda mrefu. Hiyo ndiyo sababu 1 Wathesalonike 5:19 inaonya, "Msimzimishe Roho." Hata kama imani yako wakati huu ni ndogo kama punje ya haradali, inaweza kukua polepole unapoipanda katika shamba la moyo wako na kuifanyia kazi kwa vitendo. Lakini kama huishi kwa Neno la Mungu kwa muda mrefu tangu ulipompokea Roho Mtakatifu, moto wa Roho unaweza kuzima.

Kushika Mbinguni kwa imani ya kiroho

Kwa hivyo, kama ulimkubali Yesu Kristo na kumpokea Roho Mtakatifu ni lazima uishi kwa Neno la Mungu. Katika kulitii Neno la Mungu, ni lazima uache dhambi, uombe, usifu, ushirikiane na ndugu na dada katika Bwana, ueneze injili, na mpendane.

Unapoifanyia kazi imani yako kwa namna hii, itaweza kukua. Kwa mfano, unaposhirikiana na ndugu zako katika imani, imani yako inaweza kukua, kwa sababu unaweza kumtukuza Mungu kwa kutoa ushuhuda na kuwa na mazungumzo wenyewe kwa wenyewe katika kweli.

Unaweza kuona kwamba imani ya mtu inaathiriwa na wale anaoshikana nao. Kama wazazi wana imani nzuri, watoto wao pia wana uwezekano wa kuwa na imani nzuri. Imani yako pia hukua kwa sababu imani yako hufanana na ile ya rafiki yako.

Kinyume na hilo, kwa sababu adui Shetani na ibilisi hujaribu kuchukua imani yako, hupaswi tu kujihami kwa Neno la Mungu wakati wote peke yake, bali pia kuomba bila kukoma ili upate kushinda vita vya kiroho kwa kufurahi siku zote na kushukuru katika kila hali kwa nguvu na mamlaka ya Mungu.

Kisha, imani yako ambayo ni ndogo kama punje ya haradali itakua na kuwa mti mkubwa uliojaa majani na maua, na mwishowe utazaa matunda mengi. Utaweza kumtukuza Mungu kwa kuzaa kwa wingi tunda la mambo tisa la Roho Mtakatifu, tunda la upendo wa kiroho, na tunda la nuru.

Unajua mkulima anapaswa kuwa na jitihada na uvumilifu

kiasi gani kuanzia wakati wa kupanda mbegu hadi wakati wa mavuno. Vivyo hivyo, hatuwezi kuingia Mbinguni kwa kwenda kanisani peke yake. Pia tunahitaji kung'ang'ana na kupambana kiroho ili tuifanye mbingu kuwa yetu.

Wakati unapowahubiri watu, unaweza kukutana na wengine wasemao kwamba wanataka kujipatia pesa nyingi na kufurahia maisha kwanza, halafu waende kanisani wakiwa wazee kidogo. Hao ni wajinga sana! Hujui kesho itakuwaje au Bwana wetu atarudi lini.

Licha ya hayo, huwezi kupata imani siku moja na imani haikui kwa muda mfupi. Kwa kweli, unaweza kuwa na imani kama elimu kwa wingi upendavyo. Lakini, unaweza kuwa na imani atoayo Mungu peke yake, yaani imani ya kiroho unapotambua Neno la Mungu na kuishi kwa hilo kwa ari.

Mkulima hapandi mbegu popote. Hulima kipande kikavu cha ardhi na kukirutubisha kwanza. Halafu hupanda mbegu katika shamba hilo na huzitunza kwa kuzimwagia maji, kutia mbolea, na kadhalika. Hapo tu ndipo mimea inaweza kukua vizuri na anaweza kupata mavuno mengi. Vivyo hivyo, kama una imani ndogo kama punje ya haradali, ni lazima upande na ulimie imani yako ili ikapate kukua na kuwa mti mkubwa ambao ndege wengi huja wakapumzika juu yake.

Kwa upande mmoja, "ndege" katika Mfano wa Mpanzi katika Mathayo 13:1-9 wanawakilisha adui ibilisi anayekula mbegu za Neno la Mungu, zilizoanguka njiani.

Kwa upande mwingine, ndege katika Mathayo 13:31-32 wanasimamia watu: "Ufalme wa mbinguni umefanana na punje ya haradali, aliyoitwaa mtu akaipanda katika shamba lake; nayo ni ndogo kuliko mbegu zote; lakini ikiisha kumea, huwa kubwa kuliko mboga zote, ikawa mti, hata nyuni wa angani huja na kukaa katika matawi yake."

Kama vile ndege wengi wanavyopumzika na kutua katika mti mkubwa, wakati imani inapokuwa kufikia kiasi kikamilifu, watu wengi wanaweza kupumzika ndani yako kiroho kwa sababu unaweza kuwajulisha imani yako na kuwatia nguvu na neema ya Mungu.

Pia, jinsi unavyozidi kutakaswa, ndivyo unavyozidi kupata upendo wa kiroho na maadili. Hivyo basi utakubali watu wengi na hii ndiyo njia ya mkato ya kusonga mbele kwa nguvu kuelekea Mbinguni. Yesu anasema katika Mathayo 5:5, "Heri wenye upole; Maana hao watairithi nchi." Fungu hili linakufundisha kwamba jinsi imani yako inavyozidi kukua na jinsi unavyozidi kuwa mpole, ndivyo utakavyorithi makao makubwa kule Mbinguni.

Utukufu tofauti kule Mbinguni kulingana na kiwango cha imani

Mtume Paulo anatoa kauli juu ya miili yetu itakayofufuliwa katika 1 Wakorintho 15:41: "Kuna fahari moja ya jua, na fahari nyingine ya mwezi, na fahari nyingine ya nyota; maana iko tofauti ya fahari hata kati ya nyota na nyota." Kila mtu atapokea kiasi tofauti cha utukufu kule Mbinguni kwa sababu Mungu humlipa kila mtu kulingana na yale aliyofanya.

Hapa, "fahari ya jua" inaonyesha fahari ambayo wale waliotakaswa kikamilifu na ni waaminifu katika nyumba yote ya Mungu watamiliki. "Fahari ya mwezi" inaonyesha fahari ya watu ambao hawafikii fahari ya jua, na "fahari ya nyota" ni fahari ya watu wenye imani dhaifu kuliko wale wenye fahari ya mwezi.

Kirai "iko tofauti ya fahari hata kati ya nyota na nyota" maanake ni kwamba kama kila nyota inavyotofautiana katika viwango vya mwangaza, kila mmoja wetu atapokea thawabu tofauti na vyeo vya mbinguni baada ya ufufuo hata kama tutaingia kwenye makao mamoja ndani yake.

Kwa njia hii, Biblia inatwambia kwamba kila mmoja wetu atakuwa na fahari tofauti tutakapoingia mbinguni baada ya kufufuliwa kwetu. Inatuongoza kutambua kwamba makao yetu ya mbinguni na thawabu vitakuwa tofauti kulingana na ni kiasi gani cha imani ya kiroho tulicho nacho kwa kuacha dhambi na tuko waaminifu kiwango gani kwa ufalme wa Mungu tunapoishi katika ulimwengu huu.

Hata hivyo, watu waovu na wavivu katika kuacha dhambi zao na kuwa waaminifu kwa kazi zao, hawataweza kuingia mbinguni lakini badala yake watatupwa nje gizani (Mathayo 25). Kwa hivyo, ni lazima usonge mbele kwa nguvu kuelekea katika mbingu nzuri na imani.

Jinsi ya kusonga mbele kwenda Mbinguni

Watu katika ulimwengu huu hutumia maisha yao yote kupata utajiri ambao hawawezi kuumiliki milele. Watu wengine hufanya kazi kwa bidii kununua nyumba kwa kujikaza, huku wengine husoma kwa bidii bila kulala vizuri ili waweze kupata kazi nzuri. Kama watu hufanya wawezavyo kuwa na maisha bora hapa ulimwenguni, ambao ni ulimwengu ambao uko kwa muda mfupi, tunapaswa kuwa na bidii zaidi kwa ajili ya uzima wa milele kule Mbinguni? Natuchunguze kwa utondoti jinsi tunavyopaswa kusonga mbele kuelekea mbinguni. Kwanza, ni lazima utii Neno la Mungu. Mtume Paulo anakuhimiza uendelee kufanyia kazi wokovu wako kwa woga na kutetemeka (Wafilipi 2:12). Adui Shetani na ibilisi watainyakua imani yako kama wewe umelala. Kwa hivyo, ni lazima ulichukulie Neno la Mungu kuwa " tamu kuliko asali, Kuliko sega la asali" (Zaburi 19:10) na tudumu katika hilo. Hutaokolewa wakati unapomwita Yesu, "Bwana, Bwana" bali wakati utakapofanya mambo kulingana na mapenzi ya Mungu kwa msaada wa Roho Mtakatifu.

Pili, ni lazima uvae sila kamili ya Mungu. Ili uweze kuwa na nguvu katika Bwana, katika nguvu zake kuu na upinge hila za shetani, ni lazima uvae silaha kamili za Mungu. Kushindana kwako si kwa damu na nyama, bali ni juu ya falme, na mamlaka, juu ya wakuu wa giza hili, juu ya majeshi ya pepo wabaya katika ulimwengu wa roho. Kwa sababu hiyo, ni wakati tu mtakapovaa silaha zote za Mungu ndipo mtaweza kushindana siku ya uovu, na kusimama mkiisha kuyatimiza yote (Waefeso 6:10-13).

Kwa hivyo, ni lazima usimame imara huku ukanda wa kweli ukiwa umefungwa kiunoni mwako, na dirii ya haki kifuani, na kufungiwa miguu utayari tupatao kwa injili ya amani. Zaidi ya yote mkiitwaa ngao ya imani ambayo kwa hiyo mtaweza kuizima mishale yote yenye moto ya yule mwovu. Chukua chapeo ya wokovu na upanga wa Roho ambao ni Neno la Mungu. Kwa sala zote na maombi mkisali kila wakati katika Roho. Mkikesha kwa jambo hilo na kudumu katika maombi (Waefeso 6:14-18). Makao yako kule Mbinguni yataamuliwa kwa kiasi kile ulichovaa silaha kamili za Mungu na kwa kiasi kile ulichomshinda adui Shetani na ibilisi.

Tatu, ni lazima uwe na upendo wa kiroho wakati wote. Ukiwa na imani unaweza kuingia mbinguni, na ukiwa na tumaini la kuingia mbinguni, unaweza kudumu katika kweli. Ukiwa na nguvu ya upendo, unaweza pia kutakaswa na kuwa mwaminifu katika kazi zako zote.

Zaidi ya hayo, unaweza kuingia Yerusalemu Mpya, mahali pazuri zaidi ya kwingine kote kule Mbinguni, unapotimiza upendo mkamilifu. Ni lazima utimize upendo mkamilifu ili ukae Yerusalemu Mpya alimo Mungu kwa kuwa yeye ni upendo.

Kama mtume Paulo anavyotwambia katika 1 Wakorintho 13:13, "Basi, sasa inadumu imani, tumaini, upendo, haya matatu; na katika hayo lililo kuu ni upendo," ni lazima usonge mbele kuelekea mbinguni kwa upendo wa kiroho. Licha ya hilo, unahitaji kujua kwamba makao kule Mbinguni yataamuliwa kulingana na jinsi unavyotimiza upendo.

3. Makao na Taji Tofauti

Watu katika ulimwengu wa mikondo mitatu hawawezi kujua juu ya Mbingu, ambayo ni sehemu ya ulimwengu wa mikondo minne. Hata hivyo, ikiwa mtu wa imani, unasisimuka na kujawa na furaha hata ukisikia neno "mbinguni," kwa sababu ufalme wa mbinguni ni nyumbani kwako utakakokaa milele. Ukijifunza kwa utondoti juu ya mbingu, nafsi yako haitaendelea vizuri peke yake, bali imani yako pia itakua upesi kwa sababu unajaa tumaini la ufalme wa mbinguni.

Kule Mbinguni, kuna makao mengi ambayo Mungu amewatayarishia watoto wake (Kumbukumbu la Torati 10:14; 1 Wafalme 8:27; Nehemia 9:6; Zaburi 148:4; Yohana 14:2). Kila mmoja wenu atapata makao kulingana na kiasi cha imani yake mwenyewe, na kwa kuwa Mungu ni mwenye haki, hukuacha uvune kile ulichopanda (Wagalatia 6:7) na hukupa zawadi kulingana na matendo yako (Mathayo 16:27; Ufunuo 2:23).

Kama nilivyosema tayari, ufalme wa Mbinguni umegawanywa katika mahali pengi kama vile Paradiso, Ufalme wa Kwanza, Ufalme wa Pili, na Ufalme wa Tatu mlimo na Yerusalemu Mpya. Kiti cha enzi cha Mungu kimo Yerusalemu Mpya, kama tu makao rasmi ya raisi wa Korea, Cheong Wa Dae, yalivyo katika mji mkuu wa Seoul, na makao rasmi ya raisi wa Marekani, White House, ambao ni mji mkuu wa Washington, D.C.

Biblia pia inatwambia juu aina nyingi za taji, ambazo zitatolewa kama zawadi kwa ajili ya watoto wa Mungu. Kati ya misheni nyingi, kuleta nafsi kwa Bwana na kujenga kanisa lake vinastahili zawadi kuu zaidi.

Kuna njia nyingi za kuleta nafsi kwa Bwana. Unaweza kuhusika katika kuwahubiri watu, kusaidia jitihada hizo kwa kutoa aina nyingi za matoleo, au kuwahubiri watu kwa njia ambayo si moja kwa moja kwa kufanya kazi kwa uaminifu kwa ajili ya ufalme wa mbinguni na talanta zako mbalimbali. Njia kama hiyo ambayo si moja kwa moja ya kuleta nafsi kwa Bwana pia ni muhimu kwa kupanua ufalme wa Mungu, kama vile tu kila kiungo cha mwili wako kilivyo cha lazima sana kwako.

Lakini kuhusika moja kwa moja katika kuwahubiri watu na kujenga kanisa ambamo watu watakutana na kuabudu, kunastahili thawabu kubwa zaidi kwa sababu hizi ni sawa na kumnywesha Yesu ili akate kiu na kulipia damu yake.

Kuna vigezo tofauti ambavyo kwa hivyo unapata taji kule Mbinguni, na kiwango cha thamani yao hutofautiana kutoka taji moja hadi nyingine. Kwa taji ya kila mtu, utaweza kutambua kiasi cha utakaso wake, tuzo, na makao ya mbinguni, kama tu watu walivyokuwa wakati wa ufalme walivyoweza kutangaza hadhi zao katika jamii kwa zile nguo walizovaa.

Natuingie ndani ya uhusiano wa kiasi cha imani, makao kule Mbinguni, na taji zilozotolewa zawadi.

Paradiso kwa ajili ya watu walio katika kiwango cha imani

Paradiso ni mahali pa chini zaidi kule Mbinguni, lakini ni pahali penye shangwe, furaha, uzuri, na amani isiyofikirika pakilinganishwa na ulimwengu huu. Zaidi ya hayo, patakuwa mahali pa raha ilioje kwa vile hakuna dhambi kabisa huko! Paradiso ni pahali pazuri zaidi kuliko Bustani ya Edeni mahali ambapo Mungu alimweka Adamu na Hawa baada ya kuwaumba.

Paradiso ni pahali pazuri ambapo Mto wa Uzima, ambao unatoka katika kiti cha enzi cha Mungu, unatiririka huko baada ya kutiririka kutoka Ufalme wa Tatu, Ufalme wa Pili, na Ufalme wa Kwanza. Pande zote za Mto kuna ule mti wa uzima, uzaao matunda kila mwenzi kwa miezi yote kumi na miwili (Ufunuo 22:2).

Paradiso ni kwa ajili ya wale waliomkubali Yesu Kristo lakini walikuwa hawana vitendo vya imani. Yaani, watu wa kiwango cha kwanza cha imani ambao walipokea wokovu na Roho Mtakatifu kwa ugumu, huingia Paradiso. Hakuna taji wala thawabu zitatolewa kwao kwa sababu hawakuonyesha matendo ya imani.

Tunapata katika Luka 23:43 kwamba pale msalabani Yesu alimwambia mhalifu upande wake mmoja, "Yesu akamwambia, Amin, nakuambia, leo hivi utakuwa pamoja nami peponi." Sio lazima imaanishe kwamba ni Yesu peke akaaye Paradiso; Yesu yuko kila mahali kule Mbinguni kwa sababu yeye ndiye Bwana wa Mbinguni. Pia unasoma katika Biblia kwamba Yesu, baada ya kifo chake, aliteremka hadi Kaburi la Juu, wala sio Paradiso.

Waefeso 4:9 inauliza, "Basi neno hilo, Alipaa, maana yake

nini kama siyo kusema kwamba yeye naye alishuka mpaka pande zilizo chini za nchi?" Pia katika 1 Petro 3:18-19 tunaona, "Kwa maana Kristo naye aliteswa mara moja kwa ajili ya dhambi, mwenye haki kwa ajili yao wasio haki, ili atulete kwa Mungu; mwili wake akauawa, bali roho yake akahuishwa, ambayo kwa hiyo aliwaendea roho waliokaa kifungoni, akawahubiri." Kwa maneno mengine, Yesu alienda kwenye Kaburi la Juu na kuhubiri injili huko na akafufuka siku ya tatu.

Kwa hivyo, Yesu aliposema' "Leo utakuwa pamoja nami Paradiso" maanake ni kwamba, Yesu aliona mapema ukweli huo katika imani kwamba huyo mhalifu angeokolewa na aingie Paradiso. Huyo mhalifu alipokea wokovu wa aibu kwa ugumu na akaenda Paradiso kwa sababu alimkubali Yesu kabla tu ya kufa, na hakufanya jitihada zozote za kupambana na dhambi zake au kutimiza wajibu wake kwa ajili ya ufalme wa Mungu.

Ufalme wa Mbinguni wa Kwanza

Ufalme wa Kwanza wa Mbinguni ni pahali pa aina gani? Kama vile kulivyo na tofauti kubwa maishani kati ya Paradiso na ulimwengu huu, Ufalme wa Kwanza wa Mbinguni ni pahali penye furaha isiyo na kifani, ni pahali pa shangwe zaidi kuliko Paradiso.

Kama furaha ya mtu aliyeingia katika Ufalme wa Kwanza ingelinganishwa na furaha ya samaki wa dhahabu aliye ndani ya bakuli la samaki, basi furaha ya mtu aliyeingia Ufalme wa Pili inaweza kufananishwa na furaha ya nyangumi katika bahari pana ya Pasifiki. Kama vile samaki wa dhahabu anavyosikia faraja na furaha anapokuwa katika bakuli la samaki, mtu aliyeingia katika Ufalme wa Kwanza anasikia kutosheka kuwa mahali pale na anasikia furaha ya kweli.

Sasa unajua kwamba kuna tofauti katika kiasi cha furaha kati ya kila makao ya mbinguni. Hebu fikiria ni maisha ya fahari ya namna gani atakayopata yule atakayeingia katika Yerusalemu Mpya, mahali penye kiti cha enzi cha Mungu? Itakuwa inang'aa, nzuri, na ya kushangaza kuliko kitu chochote ulichowahi kukiwaza. Hiyo ndiyo maana unapaswa kukuza imani kwa bidii ukitumainia Yerusalemu Mpya bila kutosheka na kuingia Paradiso au Ufalme wa Kwanza.

Ukiwa mtoto wa Mungu kwa kumkubali Yesu Kristo kama Mwokozi wako, kwa msaada wa Roho Mtakatifu unaweza kufikia kiwango cha pili cha imani upesi, kiwango ambacho unajaribu kuishi kwa Neno la Mungu. Katika daraja hili, unafanya jitihada kufuata Neno lake kadri unavyojifunza lakini bado hujakamilika kuishi kwa hilo.

Ni sawa na mtoto mchanga chini ya umri wa mwaka mmoja anayejitahidi kusimama bila mafanikio. Baada ya majaribio kadha hatimaye husimama, akademadema, na punde akajaribu hata kukimbia. Basi itakuwa furaha iliyoje kwa mamake ikiwa mtoto huyu ataendelea kukua kwa njia ya kuvutia namna hii?

Ni sawa sawa na hatua za imani. Kama vile mtoto anavyojaribu kusimama, kutembea, na hata kukimbia kwa sababu yuko hai, imani, ambayo pia nayo ina uhai, husonga mbele na kufikia kiwango cha pili cha imani, na halafu kiwango cha tatu cha imani. Hivyo basi, Mungu huwapa Ufalme wa Kwanza wale walio katika kiwango cha pili cha imani kwa sababu Mungu pia anawapenda.

Taji isiyoharibika

Utapokea taji katika Ufalme wa Kwanza wa Mbinguni. Kuna aina nyingi za taji kule Mbinguni sawa na vile mbinguni kwenyewe kulivyogawanywa makao mengi: taji isiyoharibika, taji ya utukufu, taji ya uzima, taji ya dhahabu, na taji ya haki. Kati ya taji hizi, yule atakayeingia Ufalme wa Kwanza, atapewa taji isiyoharibika.

2 Timotheo 2:5-6, inasema, "Hata mtu akishindana katika machezo hapewi taji, asiposhindana kwa halali. Yampasa mkulima mwenye taabu ya kazi kuwa wa kwanza wa kupata fungu la matunda." Tutakapokuwa tunapokea zawadi kwa ajili ya kazi zetu hapa ulimwenguni, pia tutapokea zawadi tunapotembea kwenye njia nyembamba kufika mbinguni.

Mwanariadha hupokea medali ya dhahabu au taji ya maua anapomaliza shindano na kushinda kulingana na sheria. Vivyo hivyo, utaweza kupokea taji utakapomaliza tu kulingana na Neno la Mungu unaposonga mbele kwa nguvu kuelekea mbinguni.

Yesu alisema, "Si kila mtu aniambiaye, Bwana, Bwana, atakayeingia katika ufalme wa mbinguni; bali ni yeye afanyaye mapenzi ya Baba yangu aliye mbinguni" (Mathayo 7:21). Hata kama akikiri kwamba anamwamini Mungu, akipuuza sheria ya kiroho, ambayo ni sheria ya Mungu, hawezi kupewa taji yoyote kwa sababu ana imani kama elimu na ni kama mwanariadha tu ambaye hashindani kulingana na sheria. Hata hivyo, hata imani yako ikiwa dhaifu, utatuzwa taji isiyoharibika bora tu ujaribu kukimbia katika shindano hilo kulingana na sheria za Mungu. Utakapopokea taji isiyoharibika kwa sababu unaweza kuchukuliwa kama mtu aliyehusika na kushindana kulingana na sheria.

Shindano la mtu mwenye imani ni pambano la kiroho dhidi ya adui ibilisi na dhambi. Tuzo ileile ya mtu aliyeshinda shindano kwa kumshinda adui ibilisi ni taji isiyoharibika.

Tuchukulie kwa mfano unahudhuria ibada ya Jumapili asubuhi peke yake na mchana unakutana na rafiki zako. Katika kisa hicho huwezi hata kupokea taji isiyoharibika kwa sababu tayari umeshindwa vitani dhidi ya adui Shetani na ibilisi.

1 Wakorintho 9:25 inatangaza kwamba, "Na kila ashindanaye katika michezo hujizuia katika yote; basi hao hufanya hivyo kusudi wapokee taji iharibikayo; bali sisi tupokee taji isiyoharibika."

Jinsi kila mtu anavyoshindana katika mchezo huingia katika mazoezi makali na kushindana kulingana na sheria, ili apate kufika mbinguni, sisi pia tunapaswa kuingia katika mazoezi makali na kuishi kwa mapenzi ya Mungu. Tunavyoona kwamba hata Mungu anatayarisha taji ambayo haitaharibika milele kwa wale wanaojaribu kuishi kulingana na sheria yake katika ulimwengu huu akikumbuka jitihada zao, tunajua jinsi Mungu wetu alivyojaa upendo!

Licha ya hayo, thawabu za hapa si kama za Paradiso, zinatayarishwa kwa wale wafikao kwenye Ufalme wa Kwanza. Zawadi halisi na utukufu utapewa wale wanaoingia mahali hapa kwa sababu katika jina la Bwana wanafanya jitihada kwa ajili ya ufalme wa Mungu.

Ufalme wa Pili

Ufalme wa Pili wa Mbinguni ni daraja lingine la juu kuliko Ufalme wa Kwanza. Watu katika kiwango cha tatu cha imani, wanaoishi kwa Neno la Mungu, wanaweza kuingia Ufalme wa Pili. Karibu na jiji kuu la Korea, Seoul, kuna miji ya setilaiti, na karibu na miji hii kuna vitongoji.

Kwa njia hiyo hiyo, kule Mbinguni Yerusalemu Mpya iko katikati ya Ufalme wa Tatu na karibu na Ufalme wa Tatu kuna Ufalme wa Pili, Ufalme wa Kwanza, na Paradiso. Kwa kweli, hii haimaanishi kwamba kila makao kule Mbinguni yametapakaa vile miji ilivyo hapa duniani.

Na ujuzi/elimu ya kibinadamu iliyo na mipaka, hatuwezi kufahamu kisahihi mbingu iliyoundwa kiajabu na kisiri. Unahitaji kujaribu kuifahamu kama iwezekanavyo, lakini unaweza kuwa hutaielewa kwa usahihi hata ukijaribu kuitafakari kwa mawazo yako na dhana zako. Unaweza kufahamu mbinguni kadri imani yako inavyokua kwa sababu mbinguni hakuwezi kuelezwa kwa kitu chochote katika ulimwengu huu.

Mfalme Sulemani, aliyefurahia utajiri mwingi, ufanisi, na nguvu, alisikitika katika uzee wake, "'Mhubiri asema, Ubatili mtupu, ubatili mtupu, mambo yote ni ubatili. Mtu ana faida gani ya kazi yake yote aifanyayo chini ya jua?" (Mhubiri 1:2-3) katika Yakobo 4:14 pia tunakumbushwa, Walakini hamjui yatakayokuwako kesho. Uzima wenu ni nini? Maana ninyi ni mvuke uonekanao kwa kitambo, kisha hutoweka." Utajiri na ufanisi katika ulimwengu huu hukaa kwa muda tu na punde si punde ukapotea.

Yakifananishwa na uzima wa milele, maisha tunayoishi hapa pia ni kama ukungu uonekanao kwa muda na kisha ukapotea. Lakini, taji atoayo Mungu ni ya milele na haiharibiki kamwe, na ni tuzo yenye thamani kubwa ambayo itakuwa chanzo cha fahari ya milele.

Basi, maisha ya mtu yatakuwa hayana maana namna gani, ikiwa hawezi kumtukuza Mungu wakati anapokiri imani yake kwake! Walakini, kama mtu yuko katika kiwango cha tatu cha imani, kwa sababu anafanya kila kitu kwa uaminifu, mara nyingi atasikia majirani zake wakikiri, "Baada ya kukuona wewe, napaswa kuanza kwenda kanisani mimi mwenyewe!"

Kwa njia hii, anamtukuza Mungu na ndiyo maana Mungu humtuza kwa taji ya utukufu.

Taji ya Utukufu

Tunapata katika 1 Petro 5:2-4 agizo la Mungu kwetu:

Lichungeni kundi la Mungu lililo kwenu, na kulisimamia, si kwa kulazimishwa, bali kwa hiari kama Mungu atakavyo; si kwa kutaka fedha ya aibu, bali kwa moyo. Wala si kama wajifanyao mabwana juu ya mitaa yao, bali kwa kujifanya vielelezo kwa lile kundi. Na Mchungaji mkuu atakapodhihirishwa, mtaipokea taji ya utukufu, ile isiyokauka.

Ukiingia katika kiwango cha tatu cha imani, unanukia marashi ya Kristo kwa sababu maneno na tabia yako hubadilika vya kutosha kuwa nuru na chumvi ya ulimwengu unapoacha dhambi zako kupitia kupinga dhambi zako kufikia mahali pa kumwaga damu. Kama mtu aliyekuwa anakasirika haraka na kuwapinga wengine awali, atakapokuwa mpole na kusema mambo mazuri juu ya wengine, majirani zake watasema, "Tangu awe Mkristo amebadilika sana." Kwa njia hii Mungu atatukuzwa kwa sababu yake yeye.

Kwa hivyo, taji ya utukufu isiyochakaa itatuzwa yule awaye mfano mwema kwenye kundi kwa sababu anamtukuza yeye kwa kuacha dhambi zake kwa bidii na kuwa mwaminifu kwa kazi yake aliyopewa na katika ulimwengu huu. Kile tulichokifanya katika jina la Bwana na kile tulichokifanya kutimiza kazi yetu huku tukiacha dhambi zetu vitakusanywa pamoja kule Mbinguni kama tuzo/zawadi.

Utukufu wa ulimwengu huu utaoza, bali ufukufu wote unaompa Mungu hautachakaa kamwe, na utakurudia kama taji ya utukufu ambayo haitaharibika milele.

Wakati mwingine unaweza kujiuliza, 'Yule mtu anapaswa kuwa mkamilifu katika kila kitu, anafanana na mtazamo wa Bwana kwa kuwa ni mwaminifu sana kwa kazi ya Mungu.

Lakini, ni kwa nini bado ana uovu ndani yake?"

Katika kisa kama hicho, bado mtu huyo hajatakaswa kikamilifu kwa kupambana na dhambi zake lakini anamtukuza Mungu kwa kufanya awezavyo kutimiza wajibu wake. Ndiyo maana atapata taji ya utukufu ambayo haitachakaa kamwe.

Kwa nini basi inaitwa "taji ya utukufu"? Watu wengi hupokea zawadi angalau mara moja au mara mbili maishani mwao. Kadri upokeavyo zawadi kubwa, ndivyo utakavyokuwa na furaha nyingi zaidi na majivuno. Lakini, baada ya muda tukiangalia nyuma, unaanza kuhisi kwamba utukufu wa ulimwengu huu hauna maana yoyote. Hii ni kwa sababu cheti cha ustahili huwa ni karatasi lililoraruka, kombe hujaa vumbi, na kumbukumbu iliyokuwa na nguvu awali, hufifia.

Kinyume na hayo, utukufu upaswao kupokea kule Mbinguni hautabadilika kamwe. Hiyo ndiyo sababu Yesu anatwambia, "Bali jiwekeeni hazina mbinguni, kusikoharibika kitu kwa nondo wala kutu, wala wevi hawavunji wala hawaibi" (Mathayo 6:20).

Kwa hiyo, "taji ya utukufu," inapolinganishwa na taji za ulimwengu huu, inatuonyesha kwamba utukufu wake na mng'ao wake utakuwa wa milele. Tunapoona kwamba hata taji kule Mbinguni ni ya milele bila kuharibika, unaweza kufikiria kila kitu kitakuwa kikamilifu namna gani huko.

Basi, watu walio mahali pa chini pa Mbinguni – katika Paradiso au Ufalme wa Kwanza – watasikiaje wakati mtu mwenye taji ya uzima atakapowatembelea? Kule Mbinguni, watu wenye makao ya chini huvutiwa na kupenda kutoka katika vilindi vya mioyo yao wakati mtu wa cheo cha juu akimwinamia, hata bila kuinua macho yao kama vile watu waliotawalwa walivyomwinamia mfalme.

Hata hivyo, watu hawamchukii mtu huyo au kuwa na wivu na husuda naye kwa sababu kule mbinguni hakuna uovu. Badala yake, watu humwangalia kwa heshima na kwa upendo. Kule Mbinguni, husikii wasiwasi au majivuno kamwe unapowainamia wengine kwa heshima au unapopokea heshima kutoka kwa wengine, kwa sababu unaishi katika makao ya juu. Watu huonyesha heshima tu au kukaribisha wengine kwa upendo, huku wakichukuliana kama viumbe wenye thamani.

Ufalme wa Tatu

Ufalme wa Tatu wa Mbinguni ni wa wale wanaoishi kwa Neno la Mungu kikamilifu na wana imani ya ufia imani, tukiangalia maisha yao, hayana thamani yoyote kwa sababu wanampenda Mungu zaidi ya vingine vyote. Watu katika kiwango cha nne cha imani wako tayari kufa kwa ajili ya Bwana.

Wakristo wengi waliuawa siku za mwisho za Utawala wa Chosun kule Korea. Wakati wa kipindi hicho, kulikuwa na mateso makali na ukandamizaji dhidi ya Ukristo. Serikali iliahidi hata zawadi kwa wale waliosema mahali walipokuwa Wakristo. Lakini, wamisionari kutoka Marekani na Ulaya hawakuogoza kifo bali wakaeneza injili kwa bidii zaidi. Watu wengi waliuawa mpaka injili ikachanua kama tunavyoona leo.

Kwa hivyo, kama unataka kuwa mmisionari katika nchi

nyingine, ninakushauri uwe na imani ya mfia imani. Hata ingawa mtu anaweza kuteseka kutokana na ugumu wakati anapofanya kazi kama mmisionari katika nchi ya kigeni, ataweza kufanya kazi kwa furaha na kwa shukrani huko kwa sababu anajua kwamba mateso yake na uchungu vitatuzwa kwa wingi kule Mbinguni.

Wengine wanaweza kufikiri na kujisemea, 'Sasa, ninaishi katika taifa ambamo hamuna mateso kwa sababu lina uhuru wa dini. Lakini nasikia vibaya siwezi kufa kwa ajili ya ufalme wa Mungu hata ingawa nina imani yenye nguvu ya kufa kama mfia imani.' Hata hivyo, hivyo sivyo. Siku hizi, huna haja ya kufa kifo cha mfia dini ndipo ueneze injili kama ilivyokuwa katika enzi za kanisa la kwanza.

Kwa kweli, kunapaswa kuwa na wafia imani iwapo ni muhimu kwa hilo kutokea. Lakini, kama unaweza kufanya kazi zaidi kwa ajili ya Mungu na imani ya kutoa hata maisha yako, je, unaona hatapendezwa na wewe zaidi, hata kama hutakufa kifo cha mfia imani?

Zaidi ya hayo, Mungu anayechunguza moyo wako anajua ni aina gani ya imani utakayoonyesha katika hali za kutishia maisha kwa ajili ya injili; anajua kina na kiini cha moyo wako. Inaweza kuwa ni jambo la thamani zaidi kwako kuishi kama mfia imani aliye hai, kama msemo wa zamani unavyotwambia, "Kuishi ni kugumu zaidi kulika kufa."

Katika maisha yetu ya kila siku, tunaweza kukutana na mambo mengi ya kuishi na kufa ambayo yanatutaka tuwe na imani ya mfia imani. Kwa mfano, kufunga na kuomba usiku na mchana haviwezekani bila uamuzi wa nguvu na imani kwa sababu mtu hufunga na kuomba ili apokee jibu la Mungu anapokuwa katika hatari ya kupoteza maisha yake. Basi ni watu aina gani wawezao kuingia katika Ufalme wa Tatu wa Mbinguni? Wale waliotakaswa kikamilifu wanaweza kuuingia.

Siku za kanisa la kwanza, kwa kuwa kulikuwa na watu wengi waliokuwa wanaweza kufa kwa ajili ya Yesu Kristo, wengi walikuwa wanaweza kustahili Ufalme wa Tatu. Hata hivyo, leo, ni watu wachache sana ambao wanatambulika kwa kuacha dhambi zao mbele za Mungu wanaweza kuingia Ufalme wa Tatu kwa kuwa uovu wa mwanadamu umekuwa mwingi duniani.

Wale wenye imani ya akina baba wanaweza kuingia Ufalme wa Tatu kwa sababu wameacha dhambi kwa kushinda aina zote za ugumu na majaribu, na kutakaswa kikamilifu, na kuwa waaminifu hadi kufa. Kwa hiyo, Mungu huwaona kuwa wa thamani, huwaruhusu malaika na majeshi ya mbinguni wawalinde, na kuwafunika kwa wingu la utukufu.

Taji ya uzima

Watu katika Ufalme wa Tatu watapokea taji aina gani? Watapewa thawabu ya taji ya uzima, kama Yesu anavyoahidi katika Ufunuo 2:10, "Uwe mwaminifu hata kufa, nami nitakupa taji ya uzima."

Hapa, "kuwa mwaminifu" haimaanishi tu kwamba wewe ni mwaminifu kwa kazi yako kanisani kwako. Ni muhimu sana kuacha kila aina ya uovu kwa kupambana na dhambi zako hadi kufikia mahali pa kumwaga damu bila kuridhiana na ulimwengu. Unapotimiza moyo msafi na mtakatifu kwa kupambana na dhambi hadi kufikia mahali pa kufa, utapokea taji ya uzima.

Pia, utapewa taji ya uzima utakapotoa maisha yako kwa ajili ya majirani na rafiki zako na unapovumilia majaribu baada ya kuyashinda majaribu hayo (Yohana 15:13; Yakobo 1:12).

Kwa mfano, watu wanapokumbwa na majaribu, wengi wao huvumilia kwa kusitasita bila kuwa na moyo wa shukrani, hukasirika sana bila uvumilivu, au hulalamika kwa Mungu.

Kinyume cha hilo, kama mtu anaweza kushinda aina yoyote ya majaribu kwa furaha, anaweza kuchukuliwa kama ambaye ametakaswa kikamilifu. Mtu ampendaye Mungu sana anaweza kuwa mwaminifu hadi kufikia mahali pa kifo na kushinda aina yoyote ya majaribu kwa furaha.

Kando na hilo, kuna tofauti kubwa katika sifa za maisha ya watu kutegemea ikiwa wako katika kiwango cha kwanza, cha pili, cha tatu, au cha nne cha imani. Mtu mwovu hawezi hata kumdhuru mtu aliye katika kiwango cha nne cha imani. Hata wakati ugonjwa fulani unapomshambulia, anajua mara moja juu ya ugonjwa huo.

Kwa hiyo, anapoweka mikono juu ya sehemu ya mwili inayougua, ugonjwa hutoweka mara moja. Zaidi ya hayo, mtu akiwa katika kiwango cha tano cha imani, hakuna ugonjwa uwezao kumshika kwa sababu nuru ya utukufu inamzunguka wakati wote..

Lengo kuu la Mungu la kuwakuza wanadamu hapa duniani ni kuwalea na kupata watoto wa kweli wanaoweza kuingia

Ufalme wa Tatu na yaliyo juu. Kila makao kule Mbinguni ni mazuri na ni furaha kuishi humo, lakini mbinguni katika ukweli wote ni Ufalme wa Tatu kwenda juu, ambamo watoto wa Mungu wakamilifu na watakatifu wanaweza kuingia na kuishi. Ni eneo lililotengewa watoto wa Mungu ambao wameishi kulingana na mapenzi ya Mungu. Huko, wanaweza kumwona Mungu uso kwa uso.

Zaidi ya hayo, kwa sababu Mungu wa upendo anataka kila mmoja aingie katika Ufalme wa Tatu wa Mbinguni au juu zaidi, yeye atakusaidia utakaswe kwa msaada wa Roho Mtakatifu akikupa neema yake na nguvu unapoomba kwa bidii na kusikia Neno la uzima. Mithali 17:3 inatwambia, "Kalibuni kwa fedha, na tanuru kwa dhahabu; Bali BWANA huijaribu mioyo." Mungu hutakasa kila mmoja wetu ili atufanye kuwa wanawe wa kweli.

Ninatumaini yangu kwamba utatakaswa upesi kwa kuacha dhambi zako kwa kupambana nazo hadi kufikia mahali pa kumwaga damu yako, na kupata imani yako kamilifu ambayo Mungu anatutaka tuwe nayo.

Yerusalemu Mpya

Kadri unavyojua mengi juu ya mbinguni, ndivyo unavyozidi kuiona kuwa ya ajabu zaidi. Yerusalemu Mpya ndiyo mahali pazuri zaidi pa Mbinguni na ndani yake mna kiti cha enzi cha Mungu. Watu wengine wanaweza kuelewa vibaya na kufikiri kwamba roho zote zilizookolewa zitaishi kule Yerusalemu Mpya,

au hiyo mbinguni yote ni Yerusalemu Mpya.
Lakini sivyo hivyo. Katika Ufunuo 21:16-17, vipimo vya jiji la Yerusalemu Mpya vinanakiliwa: upana, urefu, na kimo kila moja ni kama maili 1,400 (au kama kilomita 2,200) urefu. Mzunguko wake ni kama maili 5,600. Hilo ni eneo lililo dogo kidogo kuliko lile la jiji Lililokatazwa la China.

Ikiwa Yerusalemu Mpya ndiyo makao ya pekee huko mbinguni, basi mbinguni kunaweza kuwa na msongamano wa watu roho hizi zote zilizookolewa zikiwapo. Lakini, ufalme wa mbinguni una nafasi kubwa sana isiyoweza kufikirika, na Yerusalemu Mpya ni sehemu yake moja.

Ni nani basi atakayestahili kuingia Yerusalemu Mpya?

Heri wazifuao nguo zao, wawe na amri kuuendea huo mti wa uzima, na kuingia mjini kwa milango yake (Ufunuo 22:14).

Hapa, "nguo" zinaashiria moyo wako na matendo yako, na "kufua nguo" maanake ni kwamba unajitayarisha kama bibi harusi wa Yesu Kristo katika tabia njema unapoendelea kusafisha moyo wako.

"Amri ya kuuendea mti wa uzima" inaonyesha kwamba utaokolewa kwa imani na kwenda mbinguni. "Kuingia mjini kwa malango yake" maanake ni kwamba utapitia malango ya lulu ya Yerusalemu Mpya baada ya kupita malango ya kila ufalme wa Mbinguni kulingana na ukuaji wa imani yako. Yaani, kadri unavyotakaswa unaweza kukaribia Mji Mtakatifu mlimo na kiti cha enzi cha Mungu. Pia unaweza kuingia Yerusalemu Mpya unapokuwa katika kiwango cha tano cha imani peke yake, ambapo unampendeza Mungu kwa kutakaswa kikamilifu na kuwa mwaminifu kwa kazi zako zote. Imani ya kumpendeza Mungu ndiyo aina ya imani iaminikayo vya kutosha hata kugusa moyo wa Mungu au umfanye akuulize, "Nikufanyie nini?" hata kabla hujamuomba chochote. Ni imani kamilifu ya kiroho, imani ya Yesu Kristo aliyefanya kila kitu kulingana na moyo wa Mungu. Yesu alikuwa Mungu katika kila hali, lakini hakuona kule kuwa sawa na Mungu kuwa ni kitu cha kushikamana nacho. Bali alijifanya kuwa hana utukufu, akatwaa namna ya mtumwa. Alijinyenyekeza akawa mtiifu hata mauti (Wafilipi 2:6-8). Kwa hiyo, Mungu akamwadhimisha mno, akamkirimia jina lile lipitalo kila jina (Wafilipi 2:9), utukufu wa kukaa mkono wa kuume wa Mungu, na mamlaka ya kuwa Mfalme wa Wafalme, na Bwana wa mabwana.

Vivyo hivyo, ili upate kuingia Yerusalemu Mpya, unapaswa kuwa mtiifu hadi kufa kama Yesu ikiwa hayo ndiyo mapenzi ya Mungu. Baadhi yenu mnaweza kujiuliza, "Inaonekana kwamba kuwa mtiifu hadi kufa kuko juu ya uwezo wangu. Je, ninaweza kufikia kiwango cha tano cha imani?"

Kwa kweli, maungamo kama hayo hutoka katika imani yako iliyo dhaifu. Baada ya kujifunza juu ya Yerusalemu Mpya, hakuna mtu hata mmoja kati yenu ambaye atafanya maungamo kama hayo, mnapozidi kuwa na tumani la uzima wa milele katika mahali pazuri namna hiyo.

Ninapoeleza kwa kifupi muundo na utukufu wa Yerusalemu Mpya, panua mawazo yako na ufurahie furaha kamili na shani za kuvutia za Mji Mtakatifu.

Uzuri wa Yerusalemu Mpya

Kama vile bibi harusi anavyojitayarisha kwa uzuri na madaha ili akutane na bwana harusi wake, Mungu anaitayarisha na kuipamba Yerusalemu Mpya kwa njia ya nzuri zaidi. Biblia inaieleza katika Ufunuo 21:10-11:

Akanichukua katika Roho mpaka mlima mkubwa, mrefu, akanionyesha ule mji mtakatifu, Yerusalemu, ukishuka kutoka mbinguni kwa Mwenyezi Mungu; wenye utukufu wa Mungu, na mwangaza wake ulikuwa mfano wa kito chenye thamani nyingi kama kito cha yaspi, safi kama bilauri.

Pamoja na haya, ukuta umetengenezwa na yaspi na ukuta wa mji una misingi kumi na miwili. Na ile milango kumi na miwili ilitengenezwa kwa lulu kumi na mbili, kila mlango ulitengenezwa kwa lulu moja, na njia ya mji ni dhahabu safi kama kioo kiangavu (Ufunuo 21:11-21).

Kwa nini Mungu ameeleza kwa kina njia na ukuta katikati ya miundo mingine mikubwa na mizuri ya huo mji? Katika ulimwengu huu, ni dhahabu ileile ambayo watu wanaichukulia kuwa ya thamani zaidi lakini pia haipotezi thamani yake hata baada ya muda mrefu.

Lakini, katika Yerusalemu Mpya, hata njia wanayopitia watu imetengenezwa kwa dhahabu, na ukuta wa mji umetengenezwa kwa vito mbalimbali. Hebu fikiria vitu vingine vilivyo ndani ya kuta za mji vitakuwa vizuri namna gani? Hiyo ndiyo sababu Mungu anaeleza njia na ukuta wa mji namna hii.

Pia, mji hauhitaji jua au taa kuuangazia, kwa sababu mwangaza wa Mungu huupatia nuru na hakutakuwa na usiku kamwe. Kuna Mto wa Maji ya Uzima, wenye kung'aa kama bilauri, ukitoka katika kiti cha enzi cha Mungu na cha Mwanakondoo katikati ya njia yake kuu.

Pande zote za ule Mto kuna fuo za mchanga za dhahabu na fedha na mti wa uzima, uzaao matunda mara kumi na mbili, wenye kutoa matunda yake kila mwezi. Watu hutembea tembea katika bustani ambayo Mungu aliipamba kwa miti kwa maua mbalimbali. Kila mahali katika mji pamejaa furaha na amani kwa sababu ya mwangaza unaong'aa kwa upendo wa Bwana wetu Yesu Kristo. Hivi vyote haviwezi kuelezwa kwa maneno ya ulimwengu huu.

Kwa kuona tu mandhari hayo ya kung'aa na mazuri huko, utapendezwa sana: majumba makubwa yaliyojengwa kwa dhahabu na vito, na barabara angavu za dhahabu zenye mng'ao wa kumetameta. Ni ulimwengu usioweza kuufikiri na fahari yake na heshima haviwezi kufananishwa.

Na mji ule hauhitaji jua wala mwezi kuuangaza, kwa maana utukufu wa Mungu huutia nuru, na taa yake ni Mwana-Kondoo (Ufunuo 21:23).

Kisha nikaona mbingu mpya na nchi mpya; kwa maana mbingu za kwanza na nchi ya kwalanza zimekwisha kupita, wala hapana bahari tena. Nami nikauona mji ule mtakatifu, Yerusalemu mpya, ukishuka kutoka mbinguni kwa Mungu, umewekwa tayari, kama bibi-arusi aliyekwisha kupambwa kwa mumewe (Ufunuo 21:1-2).

Basi, Mji huo Mtakatifu mzuri namna hiyo umetayarishiwa nani? Mungu ametengeneza Yerusalemu Mpya tayari kwa ajili ya wale wote waliookolewa, ambao ni watoto wake kweli kweli ambao ni watakatifu na wakamilifu kama yeye mwenyewe alivyo mtakatifu na mkamilifu. Hiyo ndiyo sababu Mungu anatuhimiza tutakaswe kikamilifu, anasema: "Jitengeni na ubaya wa kila namna" (1 Wathesalonike 5:22), "Mtakuwa watakatifu kwa kuwa mimi ni mtakatifu" (1 Petro 1:16), na "Basi ninyi mtakuwa wakamilifu, kama Baba yenu wa mbinguni alivyo mkamilifu" (Mathayo 5:48).

Hata hivyo, hata ingawa watu wanatakaswa kikamilifu, wengine wataingia Yerusalemu Mpya huku wengine wabaki katika Ufalme wa Tatu wa Mbinguni kutegemea kiasi wanachofanana na moyo wa Bwana na kiasi wanachotimiza kwa matendo. Watu wanaoingia Yerusalemu Mpya hawatakaswi tu bali pia humpendeza Mungu kwa kufahamu moyo wake na kutii hadi kufa, kulingana na mapenzi yake.

Tuchukulie kwa mfano kuna wavulana wawili katika familia moja. Siku moja, baba aje kutoka kazini na aseme ana kiu. Mvulana mkubwa anajua kwamba babake hupendelea kinywaji kisicholevya kwa hiyo amletee glasi ya soda. Zaidi ya hayo amkande babake na amsaidie kusikia kuburudika. Kinyume chake, yule mvulana mdogo amletee kikombe cha maji kisha arudi chumbani mwake kusoma. Kati ya hao wawili, ni nani alimfanya babake afarijike zaidi na kupendezwa kwa kuwa alikuwa anamjua vizuri? Kwa kweli ni yule mvulana mkubwa.

Vivyo hivyo, kuna tofauti kati ya wale waingiao Yerusalemu Mpya na wale waingiao Ufalme wa Tatu wa Mbinguni katika kiasi kile walichompendeza Mungu na jinsi walivyokuwa waaminifu kwa kila kitu, wakiufahamu moyo wa Mungu.

Yesu anatofautisha imani ya kiwango cha tano kama imani ya kumpendeza Mungu ili akufanye uelewe mapenzi ya Mungu kwa kina zaidi. Mungu anatwambia anapendezwa sana na watu wanaotakaswa kwa imani. Mungu anasema anafurahia wale wenye ari ya kuokoa watu kupitia kueneza injili. Mungu anasema wale walio waaminifu katika kupanua ufalme wake na haki yake ni wapendwa machoni pake.

Taji ya dhahabu au ya uadilifu

Watu wa Yerusalemu Mpya, watapewa zawadi ya taji ya dhahabu au taji ya uadilifu. Taji hizo ndizo taji zenye utukufu mwingi zaidi huko Mbinguni na huvaliwa kwenye matukio maalum peke yake kama vile sherehe kubwa.

Ufunuo 4:4 inatwambia, "Na viti ishirini na vinne vilikizunguka kile kiti cha enzi, na juu ya vile viti naliona wazee ishirini na wanne, wameketi, wamevikwa mavazi meupe; na juu ya vichwa vyao walikuwa na taji za dhahabu." Wazee ishirini na wanne wanastahili kukaa kuzunguka kiti cha enzi cha Mungu. Hapa, "wazee" hawaashirii wale wenye vyeo vya wazee katika kanisa, bali ni watu ambao wametambuliwa kama watu wafuatao moyo wa Mungu. Wametakaswa kikamilifu na wametimiza mahekalu yote mioyoni mwao, yale yawezayo kuonekana na yale yasiyoweza kuonekana.

Katika 1 Wakorintho 3:16-17, Mungu anatwambia kwamba Roho yake huichukulia mioyo yetu kama hekalu. Kwa hivyo, "ataharibu" mtu yeyote anayedhihaki hekalu. Kujenga hekalu lisilonekana la moyoni ni kuwa mtu wa Roho kwa kuacha dhambi zako, na kujenga hekalu lionekanalo, ni kutimiza wajibu wako kabisa katika ulimwengu huu.

Nambari "ishirini na nne" ya "wazee ishirini na wanne" huwakilisha watu wote ambao hawaingii tu kupitia lango la wokovu kwa imani kama makabila kumi na mawili ya Israeli bali pia wametakaswa kama mitume kumi na wawili wa Yesu. Unapotambuliwa kama mtoto wa Mungu kwa imani, unakuwa mmoja wa watu wa Israeli, na licha ya hilo utaweza kuingia Yerusalemu Mpya ukitakaswa na kuwa mwaminifu kama wanafunzi kumi na wawili wa Yesu walivyokuwa. "Wazee ishirini na wanne" wanaashiria watu waliotakaswa kikamilifu, waaminifu kabisa katika kazi zao, na kutambuliwa na Mungu. Anawatuza taji za dhahabu kwa sababu wana imani ya thamani kama ile ya dhahabu safi.

Zaidi ya hayo, Mungu huwapa watu taji ya haki. Watu hawa huwa wameacha dhambi zao, na pia wametimiza kazi zao hadi

Mungu akaridhika kwa imani ya kumpendeza Mungu kama mtume Paulo alivyofanya. Paulo alivumilia ugumu mwingi na mateso kwa ajili ya haki. Alifanya kila jitihada na akavumilia kila kitu katika imani ili apate ufalme wa Mungu na haki yake, ale au asile, au kwa kila kitu alichofanya; Paulo alimtukuza Mungu na akaonyesha nguvu zake kila mahali alipoenda. Ndiyo maana aliweza kusema kwa uhakika, "Baada ya hayo nimewekewa taji ya haki, ambayo Bwana, mhukumu mwenye haki, atanipa siku ile; wala si mimi tu, bali na watu wote pia waliopenda kufunuliwa kwake" (2 Timotheo 4:8).

Tumeangalia Mbinguni, jinsi unavyoweza kusonga kuelekea huko, tumeangalia makao na taji tofauti zinazotolewa kulingana na kiasi cha imani cha kila mmoja.

Naomba uwe Mkristo mwenye hekima ambaye hatamani vitu viharibikavyo bali hutamani vitu vya milele, na katika imani usonge kuelekea mbinguni na kufurahia utukufu wa milele na furaha katika Yerusalemu Mpya, katika jina la Bwana wetu Yesu Kristo ninaomba!

Mwandishi:
Dr. Jaerock Lee

Dr. Jaerock Lee alizaliwa Muan, Jimbo la Jeonnam, katika Jamhuri ya Korea, mwaka 1943. Akiwa na miaka kati ya ishirini na thelathini, Dr. Lee aliugua magonjwa mengi yasiyokuwa na tiba kwa muda wa miaka saba, alikata tamaa ya kupona na akawa anasubiri kifo. Siku moja majira ya kuchipua mwaka 1974, alipelekwa kanisani na dada yake na alipopiga magoti kuomba, Mungu aliye hai alimponya magonjwa yote mara moja.

Tangu wakati Dr. Lee alipokutana na Mungu aishiye kupitia uponyaji huo wa ajabu, amempenda Mungu kwa moyo wake wote na kwa uaminifu, na mnamo mwaka 1978 aliitwa ili awe mtumishi wa Mungu. Aliomba kwa dhati ili aweze kujua kwa hakika mapenzi ya Mungu, ayatimize yote na kuyatii Maneno yote ya Mungu. Mwaka 1982, alianzisha Kanisa Kuu la Manmin katika jiji la Seoul, Korea, na kazi nyingi za Mungu, ikiwa ni pamoja na miujiza ya uponyaji na maajabu, vimekuwa vikitendeka katika kanisa hili.

Mnamo mwaka 1986, Dr. Lee aliwekwa wakfu na kusimikwa kama mchungaji katika Mkutano wa Mwaka wa Kanisa la Yesu huko Sungkyul, Korea, na miaka minne baadaye, mwaka 1990, mahubiri yake yalianza kurushwa katika nchi za Australia, Urusi, Ufilipino, na nchi nyingine nyingi kupitia Kampuni ya Utangazaji ya Mashariki ya Mbali (Far East Broadcasting Company) Kituo cha utangazaji cha asia (Asia Broadcast Station) na Radio ya Kikristo ya washington (Washington Christian Radio System)

Miaka mitatu baadaye, mwaka 1993, Kanisa kuu la Manmin lilichaguliwa kuwa moja ya "Makanisa 50 Yanayoongoza Duniani" na jarida la Christian World la Marekani na alipata Shahada ya Heshima ya Uzamivu katika Theolojia (Honorary Doctorate of Divinity) kutoka chuo cha Christian Faith, Florida, Marekani, na katika mwaka 1996 alipata Ph.D. katika Huduma kutoka Kingsway Theological Seminary, Iowa, Marekani.

Tangu mwaka 1993, Dr. Lee amefanya utume/umisionari wa ulimwengu kwa kufanya mikutano mingi huko Tanzania, Argentina, L.A., jiji la Baltimore, Hawaii, na jiji la New York huko Marekani, Uganda, Japani, Pakistani, Kenya, Ufilipino, Hondurasi, India, Urusi, Ujerumani, Peru, Jamhuri ya Kidemokrasia ya watu wa Congo, na Israeli. Mnamo mwaka 2002 alipewa jina la "Mchungaji wa ulimwengu" na magazeti maarufu ya Kikristo nchini Korea kutokana na kazi yake katika mikutano mbali mbali aliyoifanya nje ya nchi akishirikiana na Makanisa na Taasisi nyingine duniani. Na mwaka wa 2009 alihubiri Yesu Kristo ndiye Masihi katika mkutano wa injili alioufanya kule Israel.

Kufikia Julai 2011, Kanisa kuu la Manmin lilikuwa na washirika zaidi ya 120,000. Kuna makanisa matawi 9,000 yaliyotapakaa Korea na katika nchi nyingine duniani, na mpaka sasa zaidi ya wamisionari 137 wametumwa katika nchi 23, ambazo ni pamoja na Marekani, Urusi, Ujerumani, Canada, Japani, China, Ufaransa, India, Kenya na Nchi nyingine nyingi.

Safu za machapisho yake huonekana katika magazeti ya The Hankook Ilbo, The JoongAng Daily, The Dong-A Ilbo, The Munhwa Ilbo, The Seoul Shinmun, The Kyunghyang Shinmun, The Hankyoreh Shinmun, The Korea Economic Daily, The Korea Herald, The Shisa News, na The Christian Press.

Mpaka tunapochapisha kitabu hiki, Dr. Lee ameandika vitabu 63, ikiwa ni pamoja na vitabu vinavyopendwa sana Kuonja Uzima wa Milele Kabla ya Kifo, Maisha Yangu Imani Yangu I & II, Ujumbe wa Msalaba, Kiasi cha Imani, Roho Nafsi na Mwili, Mbingumi I & II, Jehanamu, na Nguvu ya Mungu. Kazi zake zimetafsiriwa katika lugha zaidi ya 67.

Kwa sasa Dr. Lee ni kiongozi wa mashirika na taasisi nyingi za kimisionari: ikiwa ni pamoja na kuwa Mwenyekiti, wa The United Holiness Church of Jesus Christ; Rais wa Manmin World Mission; Rais wa Kudumu, The World Christianity Revival Mission Association; Mwanzilishi, Manmin TV; Mwanzilishi na Mwenyekiti wa Bodi, Global Christian Network (GCN); Mwanzilishi na Mwenyekiti wa Bodi, World Christian Doctors Network (WCDN); na Mwanzilishi na Mwenyekiti wa Bodi, Manmin International Seminary (MIS).

Vitabu vingine Vizuri sana Vya Mwandishi Huyu

Mbinguni I & Mbinguni II

Mchoro wa kina wa mazingira mazuri sana ya kuishi ambayo raia wa mbinguni wanayafurahia na maelezo mazuri ya ngazi mbalimbali za falme za mbinguni

Kuonja Uzima wa Milele kabla ya Kifo

Ushuhuda wa maisha ya Dr. Jaerock Lee, aliyezaliwa mara ya pili na kuokolewa kutoka katika bonde la uvuli wa mauti na amekuwa anaisha maisha ya kuigwa ya Kikristo

Jehanamu

Ujumbe wa wazi kutoka kwa Mungu kwa wanadamu wote. Mungu hapendi nafsi hata moja kuingia katika vilindi vya Jehanamu! Utagundua ukweli halisi usioujua kuhusu uhalisia wa ukatili wa Kuzimu.

Maisha Yangu, Imani Yangu I & II

Harufu nzuri ya kiroho iliyotolewa kutoka katika maisha yaliyochipuka pamoja na upendo usiopimika kwa ajili ya Mungu, katikati ya mawimbi ya giza, nira baridi na kukata tamaa kwa ndani sana.

Kiasi cha Imani

Ni makao ya namna gani ambako taji na ujira vimeandaliwa kwa ajili yako Mbinguni? Kitabu hiki kinatoa hekima na mwongozo kwa ajili yako kupima imani yako na kujenga imani bora iliyokomaa.

www.urimbooks.com

www.ingramcontent.com/pod-product-compliance
Lightning Source LLC
LaVergne TN
LVHW021800060526
838201LV00058B/3173